கோமணம்

சுப்ரபாரதிமணியன்

15 நாவல்கள் 16 சிறுகதைத் தொகுப்புகள் உட்பட 60 நூல்களை வெளியிட்டிருக்கிறார் சுப்ரபாரதிமணியன். பல முக்கிய பரிசுகளைப் பெற்றிருக்கிறார்.

கோமணாண்டி முருகன் பாத யாத்திரையில் பங்கு கொள்ளும் சிலரின் அனுபவங்களை சம கால நிகழ்ச்சிக் குறிப்புகளுடன் இந்நாவல் விவரிக்கிறது. கடவுள் சார்ந்த நம்பிக்கைகள், தொன்மக் கதைகள், பக்தி சார்ந்த நம்பிக்கைகள் மற்றும் இவற்றுக்கு முரணான நாத்திகம் உட்பட பல அம்சங்கள் இந்த நாவலில் விரவிக் கிடக்கின்றன. வாழ்க்கைக் குழப்பத்தின் புகைப் படலங்களுக்கிடையே அகப்பட்டு உழலும் நவீன சிக்கல்கள் கொண்ட மனிதர்களை இந்நாவலில் காண்கிறோம்.

கோமணம்

சுப்ரபாரதிமணியன்

கோமணம்

Komanam

Subrabharathimanian ©

Kizhakku First Edition: November 2017
104 Pages

ISBN: 978-93-86737-36-6
Kizhakku - 1050

Kizhakku Pathippagam
177/103, First Floor,
Ambal's Building, Lloyds Road
Royapettah, Chennai 600 014.
Ph: +91-44-4200-9603

Email : support@nhm.in
Website : www.nhm.in

kizhakkupathippagam
kizhakku_nhm

Author's Email: subrabharathi@gmail.com

Kizhakku Pathippagam is an imprint of New Horizon Media Private Limited

அணிந்துரை

சுப்ரபாரதிமணியன் ஆரம்பத்தில் தாமரை போன்ற முற்போக்கு இதழ்களில் தன் எழுத்துப் பணியைத் துவங்கியவர். கடந்த 35 ஆண்டுகளாக தொடர்ந்து எழுதி 15 நாவல்கள் உட்பட 60 நூல்களை வெளியிட்டு சாதனை புரிந்திருக்கிறார் எனலாம். திருப்பூர் போன்ற பெரும் வணிக நகரத்தின் மக்களின் வாழ்க்கையைச் சரியாக பிரதிபலித்து வருகிறார். உலக மயமாக்கலில் பெண்கள், குழந்தைகள் பாதிக்கப்படுவதையும் முதலாளித்துவ சுரண்டலையும் படைப்புகளில் வெளிப்படுத்தி உள்ளார். நொய்யலைப் பற்றி கவிஞர் வெள்ளியங்காட்டன் எழுதிய கவிதை எனக்குப் பிடிக்கும். அந்த ஜீவநதி இன்றைக்கு மாசுபட்ட நதியாகி விட்டது. நதியை நாம் வெகுவாகச் சுரண்டிவிட்டோம். அதை சுப்ரபாரதிமணியனின் 'சாயத் திரை' நாவல் பிரதிபலித்தது. திருப்பூர் மக்களின் இன்றைய வாழ்க்கையை அது பிரதிபலிக்கிறது. பழைய நொய்யல் சார்ந்த திருப்பூரையும் பிரதிபலிக்கிறது. அதில் பல தொன்மக் கதை எனக்குப் பிடித்தது. பெயரில் ஒரு சாதி சமத்துவம் உள்ளது. பஞ்ச காலத்திலும் பலருக்கு வாரி வழங்குபவர் அவர். ஏழைகளுக்கு உதவி செய்தும் முறையான நீர் மேலாண்மை செய்தும் உதாரணமாக அவர் காட்டப்பட்டிருக்கிறார். தொழிலால் சிதைந்த திருப்பூர் வாழ்க்கை அல்லல் உள்ளது. தொழில் இயற்கையோடு பிணைக்கப்பட்டிருக்க வேண்டும். அது இல்லாமல் பேராசை எண்ணத்துடன் செயல்படும் முயற்சிகள் காலப்போக்கில் பிரச்சினைகளைச் சந்திக்க நேர்வதை சாயத் திரை நாவலில் சொல்கிறார். அது சிறந்த நாவலுக்கான தமிழக அரசின் பரிசு பெற்ற நாவலாகும். இந்தி, கன்னடம், மலையாளம், ஹிந்தி, வங்காளம் என பல மொழிகளில் மொழிபெயர்க்கப்பட்ட சிறப்பு

கொண்டதாகும். நீடித்த வளர்ச்சி தேவை. அது சுற்றுச் சூழலைப் பாதுகாப்பதன் மூலமே பெற முடியும்.

சூழல் அறத்தைப் பற்றி இவரின் 'சூழல் அறம்' கட்டுரைத் தொகுப்பு சொல்கிறது. இன்றைய வாழ்வில் நாம் குவித்துக் கொண்டிருக்கும் பலவகைக் குப்பைகள் பற்றி அந்த நூல் எடுத்துரைக்கிறது. இவர் சுற்றுச் சூழல் சார்ந்த பல நூல்களை எழுதியுள்ளார். அதில் ஒன்றுதான் 'சூழல் அறம்'. சுற்றுச் சூழலை வைத்து எழுதும் முன்னணி படைப்பாளர்களுள் ஒருவராக விளங்கி வருகிறார். 'சமையலறைக்கலயங்கள்' நாவல் இரு பெண்களை வைத்து திருப்பூர் பனியன் கம்பெனி தொழில் வாழ்க்கையைச் சொல்கிறார். ஆஃப் நைட், ஃபுல் நைட் என்று கேள்விப்பட்டிருக்கிறேன். இந்நாவலில் தொழிலாளர்கள் வெடி நைட் செய்வதாக எழுதியுள்ளார். அதிசயமாக உள்ளது. எட்டு மணி நேர வேலை உரிமையைப் போராடிப் பெற்றோம். ஆனால், வெடி நைட் என்று தங்கள் உழைப்பை மக்கள் செலுத்தவேண்டிய கட்டாயத்தில் பெண்கள் உள்ளனர். பத்மா போன்ற பெண்களின் வாழ்க்கை தொடர்ந்து கொண்டிருக்கிறது. எல்லா மாநிலங்களி லிருந்தும் தொழிலாளர்கள் இங்கு வந்து குவிந்திருக்கிறார்கள். குழந்தை உழைப்பைப் பற்றியும் நாவல்களில் பேசுகிறார். கனகு என்ற பையன் குழந்தைப் பருவத்தை இழந்து தொழிலாளியாகிற அவலம், பள்ளிப் படிப்பு இழந்து போனதைப் பற்றி, 'பிணங்களின் முகங்கள்' என்ற நாவலில் எழுதியுள்ளார். சமீபத்தில் தினமணி பத்திரிகையில் இந்நாவல் ஒவ்வொருவரின் நூலகத்திலும் இருக்க வேண்டிய நாவல் என்று பாராட்டியிருக்கிறது. பெண்கள் மீதான வன்முறை பற்றி இந்த நாவலும் பேசுகிறது.

இவர் பல நாடுகளுக்குப் பயணம் சென்றிருக்கிறார். அந்த அனுபவங்களை 'மண் புதிது' நூலில் பதிவு செய்திருக்கிறார். லண்டன் போன்ற நாடுகளில் தமிழர்களின் வாழ்க்கையைச் சொல்லியிருக்கிறார். அங்கு புலம் பெயர்ந்து வாழும் ஈழத் தமிழர்களுக்குள் இருக்கும் பாகுபாடுகளையும் சுட்டிக் காட்டியிருக்கிறார். நாட்டிய அரங்கேற்றம் போன்றவை நடத்தப்படுவதில் இருக்கும் ஆடம்பரம், புலம் பெயர்ந்த சூழலில் அவர்களின் வாழ்க்கையை நுணுக்கமாக எழுதியுள்ளார். உள்ளூர் எழுத்தாளர்களை ஊக்குவித்து 'பருத்தி நகரம்' போன்ற நூல்களையும் வெளியிட்டுள்ளார். அதில் ஒரு கட்டுரையில்

பங்களாதேஷ் சென்று அங்கு பெண்கள் குறைந்த கூலி தரப்பட்டு சுரண்டப்படுவதையும் குறிப்பிட்டுள்ளார். உள்ளூர் படைப்பாளிகளை ஊக்குவிக்கும் முயற்சிகளில் அக்கறை காட்டி எழுத்தாளர்களை உருவாக்கியுள்ளார். 'கனவு' என்ற இலக்கிய காலாண்டிதழை 31 ஆண்டுகளாக நடத்தி பல நூறு படைப்பாளர் களின் படைப்புகளைப் பிரசுரித்து ஊக்கம் தந்திருக்கிறார். தனி மனித படைப்பாளியாக நின்றுவிடாமல் எழுத்தாளர்களை ஊக்குவிப்பது, இலக்கிய இதழ் நடத்துவதன் மூலம் ஒரு இயக்கமாகவே செயல்படுகிறார். இந்த அளவில் விரிந்த அளவிலான பணி வெகுவாகப் பாராட்டப்பட வேண்டியதாக உள்ளது.

கடந்த 25 ஆண்டுகளாக உலக மயமாக்கலின் தாக்கம் இந்திய சமூகத்தில் மிக மோசமாக இருந்து வருகிறது. முதலாளித் துவத்தின் வளர்ச்சிக்கு எல்லை இல்லை என்பது போலாகி விட்டது. சந்தைக்குக் கட்டுப்பாடு இல்லை என்பதால் மூன்றாம் உலக நாடுகளின் வர்த்தகங்கள் பாதிப்புக்குள்ளாகி உள்ளன. தொழில் வளர்ச்சி என்பது இயற்கையோடு இணைந்ததாக சுற்றுச் சூழல் பிரச்சினைகளை கவனத்தில் கொண்டதாக இருக்க வேண்டும். ஆனால், முன்னேற்றம் என்று வருகிறபோது சுற்றுச் சூழல் குறித்த அக்கறை புறக்கணிக்கப்படுகிறது. இது அபாய கரமான விளைவுகளை தட்பவெப்ப சூழ்நிலைகளில் ஏற்படுத்தியிருக்கிறது.

இதன் ஒரு வடிவம்தான் இன்றைக்கு நாம் அனுபவித்துக் கொண்டிருக்கும் அதிக சூடும் வெப்ப மாற்றமும். ஐம்பூதங்களையும் கொள்ளையடித்துச் சுரண்டுவதன் பலனை இன்றைய வெப்பச் சூட்டால் உணர்கிறோம். இயற்கையை நம்மிலிருந்து பிரிக்காமல் அதன் பலனை அனுபவிக்க வேண்டும். மனிதனின் பேராசையால் சுற்றுச் சூழல் பாதிக்கப்படுகிறது.

குழந்தை உழைப்பும், பெண்களின் உழைப்பு மற்றும் பாலியல் சுரண்டலும் உச்சகட்டத்திலிருக்கிறது. குழந்தைப் பருவத்தை அனுபவிக்காத குழந்தைகள், தங்களின் சுதந்திரத்தை அனுபவிக்காத பெண்கள் என்று அவர்கள் மாறி வருகிறார்கள். பொதுமக்கள் தாங்கள் எப்படி இருக்கிறார்கள் என்பதை உணர்வதற்காக எழுத்தாளர்கள் தங்கள் படைப்புகளில் அவற்றை வெளிப்படுத்துகின்றனர். சமூக நோக்கமும், உணர்வும் கொண்டு

எழுத்தாளர்கள் எழுதவேண்டும். சமூகப் பார்வை எழுத்தாளர்களுக்கு அவசியம் தேவை. நச்சு இலக்கியம் ஒழிக்கப்பட எழுத்தாளர்கள் எழுதவேண்டும். புதிய சமூகத்தை உருவாக்கும் பணியில் எழுத்தாளர்கள் ஈடுபட வேண்டும். சுப்ரபாரதிமணியனின் படைப்புகள் அந்த வகையில் திருப்பூரின் மனசாட்சியின் குரலாகவும், உலக மயத்திற்கு எதிரான குரலாகவும் அமைந்து வருகின்றன. அவர் தொடர்ந்து இலக்கிய உலகில் சாதனைகள் புரிய வாழ்த்துகிறேன்.

ஆர். நல்லகண்ணு
சென்னை

1

'நடந்தால் நாடெல்லாம் உறவு
படுத்தால் பாய்கூட பகை.'
               - தினசரி காலண்டர் வாசகம்

(சூலம் - மேற்கு / பரிகாரம்: வெல்லம் /
இராகு 4.30 முதல் 6.00 வரை)

தலையிலிருந்த தீர்த்தக் கலசத்தை யாரோ பிடுங்கினார்கள். அய்யோ என்று அலறுவதற்குப் பதிலாய் எவன்டா அது என்று சொல்ல நினைத்திருந்தான் கோகுல். தீர்த்தக் கலசம் போன பின்பு புதிதாய் முளைத்ததாய் கிரீடம் ஒன்று இருந்தது. பெண்களின் அழகுப் போட்டியில் தலையில் சொருகப்படும் பிறை நிலவு போன்ற கிரீடம் அது. அந்தக் கிரீடத்தைப் பியத்து அது தலையிலிருந்து நகர்ந்தபோது ஏதோ ஒரு வகையான ஒளிக் கீற்று அவனின் முகத்தைத் தாக்கி மறைந்தது. பிறகு அவனின் வலது கையில் இருந்த வேலைப் பிடுங்கினார்கள். பிடுங்கியவனின் முகம் உப்பு வைத்துத் தேய்த்ததினால் அலறுபவனின் முகம்போல தாறுமாறாகி இருந்தது. வேல் எப்படி வலது கைக்கு வந்தது என்று ஞாபகமில்லை. கழுத்தைச் சுற்றியிருந்த மப்ளரை உருவி எடுத்தார்கள். அதில் கோடிட்டிருந்த ஜரிகை வழக்கமாய் மின்னி ஒதுங்கிக்கொண்டது. எப்படி தீர்த்தக் கலசம் இருந்த இடத்தில் கிரீடம் வந்தது? அப்புறம் வலது கையில் வேல்... உடம்பு துள்ளி எழுந்து வீறிட்டுக் கத்தவேண்டும் போலிருந்தது கோகுலுக்கு.

வெயில் உக்கிரமாக தலையில் இறங்கிக் கொண்டிருந்தது. வியர்வை லேசாகக் கழுத்தில் வழிந்து பிசுபிசுப்பைக் காட்டியது. அரைக்கை பனியனின் கைப் பகுதிகளில் நசநசப்பு வந்துவிட்டது. காவேரி ஆற்று நீர் சலசலத்து ஓடிக் கொண்டிருந்தது. படிக்கட்டு வரிசையின் உச்சத்தில் உட்கார்ந்து லேசாகக் கண் அயர்ந்துவிட்டது தெரிந்தது.

கையில் இருந்த வேலைப் பிடுங்குகிற வரை கனவு ஞாபகம் வந்தது. அதன்பின் என்ன செய்திருப்பார்கள்? ஒரு சிலுவை நடப்பட்டிருந்தது ஞாபகம் வந்தது. அதில் அறையத்தான் 'அவனைக் கூட்டி வாருங்கள்' என்று யாரோ சப்தமிட்டது மாதிரி இருந்தது. கைகளில் இருந்த வேலும், தலையில் இருந்த கிரீடமும் பறிக்கப்பட்ட பின்பு இரு கைகளையும் இழுத்து சிலுவையின் இரு பக்கக் கட்டைகளிலும் பொருத்துவார்கள். ஆணி அடிப் பார்கள். கால்களில் ஆணி இறங்கும்போது வேதனையில் கால்கள் தள்ளாடும். விடுவித்து விட்டபின் சிலுவை சுமக்க வேண்டும். சிலுவையைச் சுமந்து ரத்தம் வடிய செல்கிற கனவுக் காட்சியை முன்பு ஒரு முறை பார்த்திருக்கிறான் கோகுல்.

இன்றைக்குச் சிலுவையில் அறையப்படாமல் தப்பித்தாயிற்று. ''என்ன வேதகாரன் மாதிரி பேசறெ?'' என்று நல்லகண்ணுகூட கேட்டார்.

''என்னமோ கனவு வந்திருச்சு... என்ன செய்ய...''

''ஜாதி மாறி, மதம் மாறி என்னென்னமோ கனவு வருதே...''

''கனவுக்கு ஜாதி மதமெல்லாம் இருக்கா என்ன?''

விடியற்காலையில் மூன்று மணிக்கு எழுந்து குளித்துவிட்டு டெம்போவில் ஏறியது. பூசாரி ஜெகந்நாதன்தான், ''ஏறு ஏறு'' என்று அவசரப்படுத்தினார். சலசலத்து ஓடும் காவேரிக் கரையில் டெம்போ இறக்கி விட்டுவிட்டது.

மூன்று மணிக்குக் குளிர் என்று எதுவுமில்லை. ஆனால், கொடுமுடி வந்து நதிக் கரையில் நின்றபோது சுற்றியிருந்த பனி ஈவு இரக்கமற்ற போர்வையைப்போல் சுற்றிக்கொண்டது. உடம்பு குளிர்ந்து நடுங்க ஆரம்பித்துவிட்டது. கொஞ்ச நேரத்திற்குதான் என்று பற்களை இறுக மூடிக் கொள்வதுபோல் நறநறவென கடிப்பதிலிருந்து தப்புவிப்பதுபோல் இருக்கப் பழகிக் கொண்டாகிவிட்டது. அதுவே சற்று ஆசுவாசம் தந்தது.

எப்படியும் ஐம்பது பேராவது பாத யாத்திரைக்குச் சேர்வர் என்று பூசாரி ஜெகந்நாதன் சொல்லியிருந்தார். எல்லோரையும் கொடுமுடிக்குக் கூட்டி வருவது சிரமம். நான்கைந்து பேர் வந்து சென்றால் போதும் என்று கிளம்பி விட்டிருந்தனர்.

''எல்லாரும்ன்னா ரெண்டு லாரி சேரணும்.''

''சேரட்டுமே.''

''செலவு அதிகமாகும்.''

''பொது செலவுதானே... போட்டுப் பிரிச்சுக்க வேண்டியதுதான்.''

''பெரிய செலவாயிடும். நாலு தீர்த்த சொம்புக்கு நாப்பது பேரா... போதும். நாலஞ்சு பேர் போதும்.''

தலையை உயர்த்தியபோது வானம் வெளிறி வெளிச்சத்தைக் கொண்டுவந்தது. சூரியன் மெல்ல மேகத்துடன் நுழைந்து கொண்டதுபோல் இருட்டுக் கட்டியது. படிகளில் கால்கள் ஏறியும் இறங்கியும் நகர்ந்து கொண்டிருந்தன. காவேரி நீரை தீர்த்தக் கலசத்தில் நிரப்பியபடி அரோகரா கோஷம் கிளம்பிக் கொண்டிருந்தது. பத்திரமாக தீர்த்தக் கலசத்தைக் கொண்டு செல்லவேண்டும் என்பது மனதில் வந்தது கோகுலுக்கு.

தலையை வலது பக்கம் திருப்பியபோது பூசாரி ஜெகந்நாதனின் முதுகு தெரிந்தது. சட்டையோ, பனியனோ போடாமல் விரிந்த முதுகில் பூணூல் பளிச்சிட்டது. நின்றுகொண்டும் நடந்து கொண்டும் இடுப்பில் துண்டைக் கட்டிக்கொண்டு பலர் தென்பட்டனர். சிலர் தலையில் தீர்த்தக் கலசங்கள். தோளில் தொங்குப் பைகள். காவி நிற வேட்டி திடீரென்று ஆக்கிரமித்து விட்ட மாதிரி இருந்தது. வெள்ளை வேட்டி அபூர்வமாய்த் தென்பட்டது. கொடுமுடி ஈஸ்வரன் கோயில் கோபுரத்தின் உச்சி நுனிக் கலசம் இருந்த வெளிச்சத்தில் பிரகாசித்தது. இன்னும் வெளிச்சம் கூடுகிறபோது கண்கள் கூசி, கண்களில் தண்ணீர் வந்து விடும் அவருக்கு. கொஞ்சம் அழுத்தமாக உணர்ச்சியுடன் பேச ஆரம்பித்தாலே பல சமயங்களில் கண்களில் கண்ணீர் வந்துவிடும் அவருக்கு. அதீத வெளிச்சத்தில் நின்றுவிடும்போது கூட அப்படிதான் கண்களில் நீர் கசியும்.

துளசியின் கல்யாணம் பற்றி நினைக்கிற போதெல்லாம் அவருக்கு இதுபோல் கண்களில் நீர் கசியும். 'புள்ளைய வுட்டுப் பிரியறது

அப்பனுக்கு என்ன கஷ்டம் குடுக்குது' என்று மனைவிகூட கிண்டல் செய்வாள். கோகுலின் தம்பி மகள் பர்வதவர்த்தினியின் சாமர்த்தியம் தன் மகளுக்கு வரவில்லையே என்று பல சமயங்களில் ஏக்கமாக இருக்கும் அவளுக்கு. பர்வதவர்த்தினி படித்துப் பொறியாளராகிவிட்டாள். சமையலில் புலி. மாடி வீட்டுத் தோட்டம் போட்டு ரோஜா, புதினா, துளசி என்று வீட்டையே குளுமைப்படுத்தி விட்டாள். ஒபாமா பார்லிமெண்ட் முதல் தமிழ் சினிமா கறுப்பு, வெள்ளை காலம் வரைக்கும் பல விஷயங்களைப் பேசுபவள். அடுத்து காய்கறி களைப் போட்டு மாடி வீட்டுத் தோட்டத்தை விரிவு செய்வதாகச் சொல்லிக் கொண்டிருந்தாள்.

அவளுக்கு இரண்டு வரன்கள் தயாராக இருக்கின்றன. எல்லாம் புது சொந்தம்தான். இருவருமே கம்ப்யூட்டர் என்ஜினியர்கள். ஒருவன் பெங்களூரிலும் இன்னொருவன் ஹைதராபாத்திலும் இருக்கிறார்கள். யாரைத் தேர்ந்தெடுப்பது என்பதை பர்வதவர்த்தினியின் முடிவுக்கே தம்பி விட்டுவிட்டார். ''மாடி வீட்டுத் தோட்டம் போடறதில எக்ஸ்பர்ட் யாருன்னு பாத்து செலக்ட் பண்ணுவியா அம்மிணி'' என்று அவளின் சித்தி ரோகிணிகூட கேட்டுவிட்டாள்.

''அப்பிடின்னா நல்லதுதா சித்தி... அதையும் டெஸ்ட் பண்ணிர்லாம்... மாடி வீட்டுத் தோட்ட எக்ஸ்பர்ட்டா யாரு வர இஷ்டம்ன்னு கேக்கலாம். மூணு மாசம் டைம். அதுக்குள்ள எக்ஸ்பர்ட் ஆகிரூன்னு சொல்லிற வேண்டியதுதா. அந்த மாப்பிள்ளையை கட்டிக்க வேண்டியதுதா...''

துளசிக்கு ஏதாவது அமைந்துவிட்டால் போதும், நர்சரி பள்ளி ஆசிரியை, ''பெரிசா ஆசைப்பட மாட்டேம்ப்பா...'' என்பாள்.

''பெரிசா ஆசப்படு, சின்னதா கெடச்சா ஆறுதல் பட்டுக்கலாம்.''

''சின்னதா கெடச்சாலே திருப்திதா அப்பா.'' சிறியது என்பதுகூட அகப்படாமல் காலம் கழிந்து கொண்டிருந்தது.

''இந்த தரம் நல்ல செய்தி வரணும். தீர்த்தக் கலசத்தைக் கொண்டுபோயி அந்தப் பழனி மலை முருகனுக்கு நீர் மாலையா சாத்தறப்பவே நல்ல செய்தியா வரணும்'' என்பாள் அவள் அம்மா.

கொஞ்சம் மேலேறிப் போனால் இப்போதைக்கு ஆசுவாசம் என்பதாய் நினைத்தான் கோகுல். தீர்த்தக் கலசத்தை முதலில் மூடவேண்டும். இளசாய் வாழை இலையை சூடு செய்து மூடிக் கட்டிக்கொள்ளலாம். வாழை இலையை அப்படியே வைத்துக் கட்டினால் இலை முறிந்து ஓட்டை விழுந்துவிடும். நல்ல சூடு வெய்யிலில் காட்டினால் கூட வாழை இலை இளகும். ஆனால், அதற்கு இன்னும் நேரம் ஆகலாம். எங்காவது தப்பட்டை சூடு செய்ய விறகும் சருகும் எரிந்து கொண்டிருக்கும். அங்கு வாழை இலையைச் சூடு செய்து கட்டிக் கொள்ளலாம் என்று பட்டது. டெம்போவிலிருந்து இறங்கி வந்தபோது டெல்லி முள் ஜெகந்நாதன் காலைப் பதம் பார்த்தது. சட்டென முள்ளை கோகுல் பிடுங்கியபோது அவரின் முகம் கோணலாகி கண்களில் நீர் கசிந்தது.

''கே.பி. சுந்தராம்பாள் நடந்த பாதையல்லவா இது?''

''கே.பி. சுந்தராம்பாளுக்கும் இது மாதிரி முள்ளு குத்தியிருக்குமா?''

''அப்போ இது மாதிரி டெல்லி முள்ளு நெறைய இருந்திருக்காதோ என்னமோ?''

''கே.பி. சுந்தராம்பாள் நடந்த பாதையின்னு சொன்னா அவங்க வாழ்க்கைப் பாதைன்னு கூட சொல்லலாம். சின்ன வயசில வறுமை, பாட்டுப் பாடி சம்பாதிச்சது, சின்ன வயசுக் கல்யாணம், சின்ன வயசில புருஷன் செத்துப் போனதுன்னு ஒரே கஷ்டந்தா. அந்தக் காலத்தில் அதிகமா சினிமாவுல சம்பளம் வாங்கின நடிகை அவங்கதா...''

''அவங்களப் பத்தி பேசாமெ அவங்க பாட்டை ஏதாச்சும் எடுத்து வுடுங்க... ஏறு மயில் ஏறி விளையாடும் முகம் ஒன்றுன்னு.''

சென்ற முறை தோஷ காரியம் கழிப்பதற்காக கோகுல் கொடுமுடி வந்திருந்தான். ஆற்றில் நீர் தண்ணீர் குழாயிலிருந்து நழுவுவதுபோல் சிறுத்து ஓடிக் கொண்டிருந்தது. இப்போது பூசம் என்று வந்துவிட்டதால் தண்ணீரைத் திறந்து விட்டிருந்தார்கள். குளிக்கவும், தலையில் நீரைத் தெளித்துக் கொள்ளவும், தீர்த்தக் கலச கும்பத்தில் நிரப்பிக் கொள்ளவும் என்று நிறையவே தண்ணீர் ஓடியது. மனிதர்களின் பேச்சுச் சலசலப்பில் தண்ணீர் ஓடும் சப்தம் ஒளிந்துகொண்டுவிட்டது.

கலசத்தைச் சுமந்தபடி கோயிலை ஒரு சுற்று சுற்றி வந்து டெம்போ வேனில் ஏறிவிட வேண்டியதுதான்.

மெல்லிய பனிப் போர்வை தூரத்துக் காட்சிகளை மறைத்துக் கொண்டிருந்தது. டெல்லி முட்களும், பச்சை மரங்களும் குளிர்ந்திருக்க வடக்குத் திசையில் தென்னை மரங்கள் நிமிர்ந்து நின்றிருந்தன. அவை வீசும் காற்று தன் தீர்த்தக் கலசச் செம்பையும் தொட்டுவிட்டதுபோல கடந்து சென்றது.

இன்னும் கொஞ்ச நேரத்தில் புழுதி பறக்கும். வெய்யிலும் தகதகக்கும். அதற்குள் டெம்போ வேன் பிள்ளையார் கோயிலுக்கு விர்ரென பறந்து போய் அடைக்கலமாகிவிடும்.

பாத யாத்திரையின்போது நான்கு தீர்த்தக் கலசங்களையும் நடையில் காலை ஒருவர் மாலை ஒருவர் என்று தலையில் சுமந்து செல்வதை முடிவு செய்பவராக பிள்ளையார் கோயில் பூசாரி ஜெகந்நாதன் இருப்பார். தீர்த்தக் கலசத்தைப் பிள்ளையார் கோயிலில் இறக்கி வைத்தபின் மறுபடியும் தன் தலையில் ஏற வாய்ப்பு இல்லை என்பதுபோல்தான் அவருக்குப் பட்டது. கரகம் ஆடுவதுபோல தனக்கு முன்னால் சென்று கொண்டிருந்த இளைஞரின் தலையில் தீர்த்தக் கலசம் இருந்தது. அவரை, அங்கேயே நிறுத்தி கொஞ்ச நேரம் ஆடச் சொல்லவேண்டும் என்று நினைத்தான் கோகுல்.

முன் சென்றுகொண்டிருந்தவர் சட்டென தரையை வலது காலால் தட்ட புழுதி சற்றே கிளம்பி அடங்கியது. தான் நினைத்த மாதிரி காவடியாட்டத்தின் முன் ஏற்பாடாக ஆடப் போகிறாரா என்ற யோசிப்பு வந்தது. தூரத்தில் தப்பட்டைகளின் சப்தம் மெல்ல கேட்க ஆரம்பித்தது.

கோகுல் நான்கைந்து முறை அங்கு வந்திருக்கிறான். தார தோஷம், புத்திர தோஷம், திருமணம் தடை தோஷம், செவ்வாய் தோஷம், மாங்கல்ய தோஷம் என்று பரிகாரத்திற்குப் பெயர் பெற்றதாய் மகுடேஸ்வரர் வீரநாராயணன் பெருமான் சந்நிதி அவருக்குள் இடம் பிடித்திருக்கிறது. பூக்காத வன்னி மரம் இருக்கும் கோயில் மரத்தின் கிளையில் முள் இல்லாத அதிசயம் அவருக்கு ஆச்சரியமே தந்திருக்கிறது. காவேரி ஆற்றைக் கிழக்கே திருப்பிவிட்ட விஷ்ணுவும் நாமத்துடன்தான் இருக்கிறார்.

திருமணத் தடை இருக்கிறதென்று நந்தகோபால் மகனை ஆறு மாதம் முன்பு கூட்டி வந்திருந்தான் கோகுல். பரிகாரமாக வாழை மரத்திற்கு ஒரு தாலி கட்டி திருமணம் செய்தால் தார தோஷம் போகும் என்றார்கள். ஆற்றோரம் நட்டு வைத்து வெட்டி ஆற்றில் விட்டதற்கு ஐயாயிரம் ரூபாய் நந்தகோபால் செலவு செய்ய வேண்டியிருந்தது.

வெட்டப்பட்ட வாழை மரத்தை சிறுவர்கள் விளையாட்டாய் எடுத்து வந்து மறுபடியும் விற்றார்கள்.

''மார்ச்சுவரியில இருக்கற ஆணோ, பெண்ணோ... ஒரு இறந்து போன உடம்புக்கு தாலி கட்டி பரிகாரம் பண்ணிடலாம் இதுக்கு...''

''இப்படியெல்லாம் யோசிக்காதே நந்தா.''

''இதுக்குத்தா திருப்பைஞ்சீலி போயி சப்த கன்னியர்கள் கல் வாழையா இருக்கறதெ வெச்சு பரிகாரம் பண்ணலாம்ன்னு சொன்னேன்.''

''சரிதா, அங்கியும் ஒரு தரம் போயிட்டாப் போச்சு...''

''காவிரி கெழக்கில திரும்புற ஊர் கொடுமுடி மலையின் உச்சின்னு பேர்...''

''பிரம்மாவுக்கும் கோயில். பிரம்மன் எழுதறது கூட மாறும்...''

''மாறுதான்னு பார்க்கலாம்...''

''இல்லீன்னா திருப்பட்டூர் போக வேண்டியதுதா.''

''போலாம் யாத்திரையா.''

''அதுக்கு முன்னாடி பழனி யாத்திரைகூட போகணும்.''

●

2

தலை கழுத்திலிருந்து சுழன்று விழுவதுபோல் ஆடிக் கொண்டிருந்தது. ஆஸ்பெஸ்டாஸ் வரை உத்திரம் வெகுவாகக் கீழிறங்கி வந்து கையை நீட்டினால் தொடும் தூரத்தில் வந்து விட்டது போலிருந்தது. கண் இமைகள் நீட்டிக் கொண்டதுபோல ஏதோ பசை அப்பிக் கிடந்தது. கொஞ்சம் யாராவது தண்ணீர் கொண்டு வந்து கொடுத்தால் போதும் என்று பட்டது கோகுலுக்கு.

வலது கையின் நடுப் பகுதியில் ஏதோ பூச்சி ஒன்று ஏறுவது போலிருந்தது. உடம்பைக் குறுக்கிக்கொண்டும் நீட்டிக் கொண்டும் அது நகர்ந்து கொண்டிருந்தது. அதன் பெயர் என்னவாக இருக்கும்? சட்டென ஞாபகம் வரவில்லை. சட்டென அப்பூச்சி இடது கைக்குத் தாவிவிட்டது. அது பூச்சியா புழுவா... ஒருவிதக் கலக்கத்தோடு அதைப் பார்த்துக்கொண்டான்.

கொடுமுடி தீர்த்தக் கலசம் லட்சுமி விநாயகர் கோயிலுக்கு வந்து சேர்ந்துவிட்டது. கொஞ்சம் நேரம் பூஜை முடிந்த பின்பு வீட்டிற்குக் கிளம்பிவிடலாம்.

இடது கையில் ஊர்ந்து கொண்டிருக்கும் பூச்சி பாம்பாக மாறிவிட்டால் எப்படி இருக்கும் என்று யோசிக்க உடம்பு அதிர்ந்தது.

மருதமலை போய்விட்டு வந்த ஒரு தரம் பாம்புகள் அவனின் உடம்பில் ஊர்ந்து கொண்டிருப்பதாய்க் கனவுகள் வந்து

கொண்டிருந்தன. அப்போது திருமணம் ஆகாத காலம். அம்மா தான் வாழைத் தோட்டத்து அம்மன் கோயில் போய் மண் திருநீறு எடுத்து வந்து தந்தாள். ''எல்லாம் செரியாகப் போகும்'' என்றாள். அதே மாதிரி அந்தப் பாம்புக் கனவுகள் நின்று போயின.

மருதமலை பாம்பாட்டிச் சித்தர் கோயிலுக்குப் போகும்போதே அம்மா, 'படியிறங்கிப் போகணும். நீ வேண்ணா போயிட்டு வா' என்று சனீஸ்வரன் மண்டபம் பக்கம் உட்கார்ந்துவிட்டாள். படிக்கட்டுகளாய் போய்க் கொண்டிருந்தன. பின்னர் புதர்களாய் மாறின. தூரத்தில் சின்னப்பா தேவர் கட்டிய மண்டபம் என்று ஒரு குகை மாதிரி தெரிந்தது. பாம்பாட்டிச் சித்தர் கோயில் என்ற எழுத்து மங்கலாகித் தெரிந்தது. இப்போதும் பாம்பாட்டிச் சித்தர் குகையில் தினம் ஒரு பாம்பு வந்து பால், பழம் சாப்பிட்டுப் போவதாக அம்மா சொன்னாள். ஞானம், மோட்சம், மன அமைதி பெற பாம்பாட்டிச் சித்தர் கோயிலில் நின்று மனம் உருகி சித்தரிடம் வேண்டினால் நிறைவேறும் என்று அங்கிருந்த ஒரு போர்டு சொன்னது.

அப்படிதான் நின்று தியானம் செய்தான் கோகுல். ஆனால், கனவில் பாம்புகள் வந்து தொந்தரவு செய்தன. பாம்பாட்டிச் சித்தர் மருத மலைக் காடுகளில் திரிந்தவராம். காட்டுப் பகுதியில் நவரத்தினப் பாம்பைப் பிடிக்க அலைந்தபோது சட்டை முனி சித்தர் அங்கு வந்து தீட்சை கொடுத்தாராம்.

கொடுமுடி கலசம் சுமந்ததால் தனக்கு தீட்சை கிடைத்ததாகச் சொல்லிக்கொண்டான். தீட்சையோடு பாம்பாட்டிச் சித்தருக்கு யோக நிலை சமாதியும் கிடைத்ததாம். சமாதியில் இருந்து மீண்டு எழுந்து மாண்ட அரசனின் உடலில் புகுந்து கூடு விட்டு கூடு பாயும் வித்தை மூலம் அவர் மனைவியுடன் இருந்து செத்த பாம்பை உயிர்பெற எழச் செய்து ஆட வைத்தாராம். பெரும் குன்று சரிந்து, முகட்டுப் பாறை விழுகிறபோது அவரின் சக்தியால் அது நிறுத்தப்பட்டதாம். பெரும் பாறைகள் ஆங்காங்கே நின்றன. அந்தப் பாறை எதுவாக இருக்கும். பாம்பாட்டிச் சித்தர் அருள் இருந்தால் பூச்சிகள், பாம்புகளின் விஷம் அண்டாதாம். வாதம், வைத்தியம், ஞானம் கை கூடி எல்லாம் விலகுமாம். இந்த இடது கை பூச்சி அப்படி வேறு ரூபம் எடுக்குமா? பூச்சியைப் பார்த்துக் கொண்டிருந்தான்.

இந்த வருடம் கோகுலுக்கு பாத யாத்திரையின்போது சமையல் காரியங்களைப் பார்த்துக்கொள்ளும் வேலையைக்

கொடுத்திருந்தனர். ஏகதேசமாய் யோசித்து உணவுப் பொருட்கள் வாங்கிப் போட்டாயிற்று. நான்கு கேஸ் சிலிண்டரும் சேர்த்தாயிற்று. இரண்டு வீட்டு கேஸ் சிலிண்டர். இரண்டு நாடார் மெஸ் ஓட்டலில் இருந்து வாங்கியிருந்தான்.

பாத யாத்திரை முடிந்த பின் அன்னதானம் செய்கிற 'மயார பூஜை'யின் போதுதான் எண்ணெயில் பொரித்து ஏதாவது செய்ய வேண்டும். அதுவரை எதுவும் எண்ணெயில் பொரித்த பலகாரம் செய்யக் கூடாது. மயார பூஜையுடன் அன்னதானத்தின்போது வடையும், அப்பளமும் சுடலாம். அது வரை கடையில் வாங்கி ஏதாவது இலை ஓரத்தில் வைத்துக் கொள்ளலாம். பொரித்த பண்டம் முருகனைத் தரிசித்த பின்புதான். இதை மட்டும் ஞாபகத்தில் வைத்திருக்க வேண்டும் என்றார் ஜெகந்நாதன்.

தங்குமிடங்களில் வாழை இலை கிடைக்கும். தாராளமாய் கொய்துகொள்ளலாம். குப்பாண்டாம் பாளையத்தில் எவ்வளவு சோளப் பயிர் இருந்தாலும் வாழை இலை வா... வா... என்று அழைக்கும். தாராபுரம் சாலை கொடுவாய் வேங்கிபாளையம் பித்தன் தோட்டத்திலும் வாழை இலைக்குப் பஞ்சமில்லை. மேட்டு சாலை தோட்டத்திலும் சுலபமாகக் கிடைக்கும். தும்பலப் பட்டியில் சென்ற ஆண்டு முத்துசாமி தோட்டத்தில் தங்கியது. இந்தாண்டு வேலுசாமி தோட்டத்துச் சாலை என்றார்கள். எதுவாக இருந்தாலும் வாழை இலை கிடைக்கும் என்பதால் வாங்காமல் இருந்தார்.

''ராத்திரி போகப் போறம். ராத்திரியில் வாழை இலைன்னு தேட முடியுமா?''

''தேடுனா என்ன முனிரத்னம்?''

''புழு, பூச்சின்னு பார்த்துச் செய்யணும்.''

''செய்யலாம்.''

''அப்பூதி அடிகள் கதை தெரியுமா? திருநாவுக்கரசரை உட்கார வெச்சிட்டு பெரிய பையனை வாழை இலை அறுக்க அனுப்பினாராம். பாம்பு தொட்டு அவன் செத்துப் போறான்.''

''தெரியும்... தெரியும்... பெரிய கதை எதுக்கு? வாழை இலை வாங்கிக்கறேன்...''

வழக்கமாய் முதல் நாள் ராத்திரி இங்கேயே சமைத்த இட்லியும் சாம்பாரும் போதும். எலுமிச்சை சாதம், தக்காளி சாதம் என்று

போட்டுவிடலாம். இரண்டு நாள் மதியத்தில் கொஞ்சம் சாம்பார் பூசணி, முட்டைக்கோஸ் பொரியல் எந்தக் குறைவும் இல்லாமல் செய்துவிடலாம்.

முருகன் தரிசனம் முடிந்து மயார பூஜை அன்னதானத்தின்போது வடையும் பாயசமும் வருடம்தோறும் மணப்பது ஞாபகம் வந்தது கோகுலுக்கு. அவனுக்கு சமையல் பொறுப்பு. விஜயா பெண் களின் பிரச்சினைகளைப் பார்த்துக் கொள்வார். அவர்களுக்குப் பாதுகாப்பாய் இருப்பார். கலாவதி பெண்களுக்குத் தலைவிபோல மேற்பார்வை பார்த்துக் கொள்வார். பஞ்சாமிர்தம் செய்வது பூசாரி ஜெகந்நாதன் பொறுப்பு. தனித்தனிப் பொறுப்புகள் என்றில் லாமல் ஜெகந்நாதனே பல காரியங்களைச் செய்வார்.

பக்கத்துத் தெருவில் விவேகானந்தர் பிறந்த தினம் என்று பெரிதாய் மைக் போட்டு சத்தம் செய்தது கேட்டுக் கொண்டிருந்தது. தேசிய இளைஞர் தினம் என்று விவேகானந்தரும், மோடியும் போஸ்டரின் இரு பக்கங்களில் நின்றுகொண்டு எதிர் சுவரில் வேடிக்கை காட்டினார்கள்.

நேற்றைக்கு மருதமலை முருகப் பெருமானின் படித் திருவிழா போக முடியவில்லை. சமையல் பொருட்கள் வாங்குவதில் பொழுது கழிந்துவிட்டது. சபரிமலை மகர ஜோதி தரிசனத்தை போட்டி போட்டுக்கொண்டு எல்லாத் தொலைக்காட்சிகளும் ஒளிபரப்பியதைக் கொஞ்சம் வேடிக்கை பார்த்தார். கிழக்கு சூலம் என்று தயிர் கொடுக்கும் அம்மா ஞாபகம் வந்தது. கடக ராசி எப்போதும் பயம் தரும். நேற்றைக்கும் மனைவிக்கு நேற்று வரவு தனுசு ராசி என்றிருந்தது. என்ன வரவு வந்தது என்று கேட்க வேண்டும் என்ற நினைப்பு வந்தது.

திருப்பரங்குன்றம் கோயில் ஆண்டவர் தங்கச் சப்பரத்தில் வந்த திருவிழாக் கோலத்தை ஏதோ தொலைக்காட்சி காட்டியதை ஜெகந்நாதன் சொல்லிக் கொண்டிருந்தார். மாசி கடைசி நாள் - பீடை என்று வீட்டில் இருக்கும் பொருட்களையெல்லாம் எரித்துச் சாம்பலாக்க வேண்டும். எதை எரிப்பது என்று துளசி கேட்டாள்.

''என்னையே எரி.''

''என்னப்பா அபசகுனமா?''

''தமாஷுக்குத்தா. ஏதோ கேட்டன் எரிச்சல்ல இருந்தன். அதுதா...''

''அதுக்காக இப்பிடியா...''

''என்.எஸ். கிருஷ்ணன் ஒரு படத்தில் தீ வெச்சு ரகளை பண்ணிட்டிருந்த ஒரு பையன் எங்க வைக்கணும்ணு கேட்க, என் தலையில் வைன்னு சொல்வார். சொல்லிட்டு ஏதோ புத்தகம் படிப்பார். தலைப்பா மேல அந்தப் பையனும் தீ வெச்சிருவான். அது மாதிரி...''

''நல்ல கதை போப்பா.''

''இந்த வருஷம் கலசம் தூக்கறதுக்கு வருவியா?''

''அம்மா சொல்லணும்.''

''அம்மா சொன்னா செரியா... அம்மாவா... சின்னம்மாவா...?''

''என்ன அரசியலா?''

பூசாரி வாய் எதையோ முணுமுணுத்தது. மணி சடசடவென்று சப்தத்தை உண்டு பண்ணி அலைகளைக் கிளப்பிக் கொண்டிருந்தது. வெங்கல மணியின் உள்நாக்கை கோகுல் கண்களால் துருவிப் பார்த்துக் கொண்டிருந்தான்.

பூசாரி உரக்கவே சப்தமிட்டார்.

''குன்றுதோறும் குடிகொண்டவனே

தெய்வானை மணாளனே, வள்ளி நாயகனே

பழநி மலையில் உறைபவனே... குறிஞ்சி ஆண்டவனே

அரோகரா... அரோகரா...''

●

3

தாரை தப்பட்டையின் ஓசை சீராக சுவர்களில் எதிரொலித்து, அந்த வீதியையே நிறைத்துக் கொண்டிருந்தது. ஓசை ரீங்காரம் போல் சுவர்களில் உள்ளிழுத்துக்கொண்டு அவை உப்பி நின்றன. செங்கற்கள், கருங்கற்களின் ஸ்தூல ஓசையைத் தாங்க முடியாமல் திமிறிக் கொண்டிருந்தன. ஐந்து பேர் தப்பட்டையின் மேல் பகுதியில் கைகளை வைத்து விளையாடி ரீங்காரத்தை வெளிக் கிளப்பிக் கொண்டிருந்தனர். அவர்களில் ஒருவன் காவி வேட்டி ஒன்றைக் கட்டிக்கொண்டு சந்தனப் பொட்டை பழைய ஒரு ரூபாய் நாணயம் அளவு அப்பியிருந்தான். மூவர் கல்லூரி மாணவர்கள்போல் ஜீன்ஸ் அணிந்திருந்தனர். 'லெட் மீ லிவ்' என்ற வாசகங்கள் கொண்ட மஞ்சள் நிற பனியன்கள் அணிந்திருந்தனர். கறுப்பு எழுத்தில் அவை அர்த்தங்களைச் சொல்லிக் கொண்டிருந்தன.

யாரோ கையைக் காட்டி தப்பட்டைச் சப்தத்தை நிறுத்தினர். பூசாரி முன் நின்றிருந்த அந்தக் காவி வேட்டிக்காரரின் கண்கள் சிவந்திருந்தன.

''உனக்கு பாரம் வெக்கறன். பத்திரமா எறக்கணும்.''

பூசாரியின் கண்களிலிருந்து கண்ணீர் தாரையாய் கன்னத்தில் இறங்கிற்று. அவர் பார்வை காவடி மேல் பதிந்தது. புதுக் காவடி, கேரளாவில் சொல்லிச் செய்தது. முப்பதாயிரம் ரூபாய்க்கு மேல் செலவாகி விட்டது. காவடியின் இரு புறமும் வேலோடு நிற்கும்

முருகக் கடவுள் இருந்தார். குஞ்சங்கள் வெவ்வேறு வர்ணங்களில் தொங்கிக் கொண்டிருந்தன. மேலே அலங்காரத் துணி ஒன்று காவடியைப் போர்த்தி புதிது என்று சொல்லும் விதமாய் காட்டிக் கொண்டிருந்தது. மயில் தோகைகளை இரு புறமும் சொருகி வைத்தனர். பச்சையும், நீலமும் கலந்து அவை மினுங்கிக் கொண்டிருந்தன.

தீர்த்தக் கலசங்கள் நான்கும் வரிசையாய் நின்று வேடிக்கை காட்டின. அவற்றின் உச்சியில் இருந்து கிளம்பி தரையில் தவழ்ந்து கிடக்கும் வால்களில் ஏதாவது குஞ்சம் மினுங்கியது. நடந்து செல்லும்போது கைகளில் பிடித்துக் கொள்ளவென்று அந்தத் துணி வால்கள் நீண்டிருந்தன.

பூசாரி துணியால் வாய்க்கட்டு போட்டிருந்த வாய்க்கட்டுத் துணியும், பஞ்சகச்சம் அமைப்பில் இடுப்பில் இருந்த வேட்டியும் புதிது என்பதைச் சொல்லும் வண்ணம் மினுங்கின.

தீபத் தட்டை ஏந்திக்கொண்டு பூசாரி ஜெகந்நாதன் பிள்ளையார் கோயிலை வலம் வந்தார். மூன்றாம் முறை வலம் வந்தபோது,

''அரகர... அரகர... முருகனுக்கு அரோகரா...

பழனி மலைஅப்பனுக்கு அரோகரா...''

கோஷம் உச்ச ஸ்தாயிக்குப் போனது.

புதுக் காவடியை வணங்கிவிட்டு கண்களில் நீர் தளும்ப அதையே பார்த்துக் கொண்டிருந்தார் சூரி. பெயருக்குதான் லட்சுமி விநாயகர். பொது இடத்தில் கட்டிய கோயில் உள்ளே சந்தனக் காப்பில் பிள்ளையார் அமர்ந்திருந்தார். அவரின் தலைக்கு மேலே இருந்த ஆஸ்பெஸ்டாஸ் கூரை முன் பகுதிக்கும் நீண்டு அந்த வெய்யில் நேரத்தில் சற்றே ஆசுவாசம் தருவதுபோல் நிழலைத் தந்துகொண்டிருந்தது. இந்த ஆஸ்பெஸ்டாஸ் கூரைக்கே அவர் மிகவும் சிரமப்பட வேண்டியிருந்தது. ஒரு காம்பவுண்ட் சுவர் இல்லை. கேட் இல்லை. பிள்ளையார் வானம் பார்த்துதான் முன்பிருந்தார். தலைக்கு மேலே கூரை ஆஸ்பெஸ்டாஸாய் மாறி வரவே நான்கைந்து ஆண்டுகளாகிவிட்டன. கொஞ்சம் கொஞ்ச மாய் சேர்த்து கூரை வந்தது. வீதி வீதிக்குப் பிள்ளையார் இருக்கிறார். தெற்கு முக்கு வீதி லட்சுமி விநாயகருக்கு இன்னும் லட்சுமி கடாட்சம் வரவில்லை. தரித்திரப் பிள்ளையார்போல் இருக்கிறார் என்ற வருத்தம் ஜெகந்நாதனுக்கு உண்டு.

வாய்க்கட்டை அவிழ்த்துவிட்டு பூசாரி தீபத்தட்டை சற்றே தூக்கிக் காட்டினார்.

''எல்லாரும் தீபாராதனை வாங்கிக்கங்க...''

விபூதி எல்லோர் கைகளிலும் விழுந்தது. தாரை தப்பட்டை மறுபடியும் மெல்ல ஒலித்து உச்ச ஸ்தாயிக்குப் போனது.

பெண்கள் பக்கமிருந்து சலசலப்புடன் உஸ் உஸ் என்ற சப்தம் கேட்டது. மதுபாலா உடம்பை முறுக்கிக் கொண்டு கைகளை உயர்த்தி ஆடத் துவங்கியிருந்தாள். செல்லம் நகர் நடராஜனின் மருமகள் மதுபாலாவைத் தொடர்ந்து பூசாரியின் மனைவியும் ஆட ஆரம்பித்தாள். அரோகரா கோஷம் தாழ்ந்தும் உயர்ந்தும் சுவர் களில் மோதி ஒலித்தது.

கண்ணாடி அணிந்த அந்த முதியவளின் உடம்பும் தாறுமாறாய் ஆட ஆரம்பித்தது. அவர் கோமளவல்லி, கலைவாணர் தெருவில் அவர் மகன் ஃபேப்ரிகேசன் மிஷின் வைத்திருக்கிறார். முதியவள் ஆட அவர் உடம்பு தொய்ந்து விழுவது போலிருந்தது. நான்கைந்து பேர் அவரைச் சுற்றி நின்றுகொண்டனர். கைத்தாங்கலாக அவரை நகர்த்திக் கொண்டுபோய் பிளாஸ்டிக் நாற்காலியில் உட்கார வைத்தனர். அவர் உடம்பு இன்னும் துள்ளாட்டத்தில் இருந்தது. அவரின் மார்பில் யாரோ கை வைத்துத் தடவினார்கள். தோள் பக்கத்தில் முதியவளின் சாயல் கொண்ட ஒரு பெண் நின்று தோளைச் சற்றே அழுத்திக் கொண்டாள். முதியவரின் உடம்பு ஆட்டத்திலிருந்து சற்றே விடுபட்டதுபோல மெல்ல தொய்வடையத் தொடங்கியது. அவர் பிளாஸ்டிக் நாற்காலிக்குள் அமிழ்ந்து போனார்.

பொட்டுக் கடலையையும் நாட்டுச் சர்க்கரையும் கலந்த பிரசாதம் ஒரு சிறு கையளவு என்ற அளவில் எல்லோர் கைகளிலும் விழுந்தன. இளசாய் நிறைய பேர் வடக்குப் புறத்தில் நின்று கைபேசியால் படம் பிடித்துக் கொண்டிருந்தனர்.

பூசாரியின் மனைவி இன்னும் ஆடிக்கொண்டிருந்தாள். அவளின் உடம்பு துள்ளாட்டம் போட்டது. உஷ்... உஷ்... என்று வாய் மூச்சை வெளியிடுவதுபோல் சப்தம் வந்தது. அவளின் சேலை தாறுமாறாகி மார்பைக் காட்டிக் கொண்டிருந்ததை ஒரு பெண் சரி செய்தாள்.

''அம்மா... என்ன வேணும்?''

பூசாரி தீர்த்தத்தை அவள் முகத்தில் அடித்தார். விபூதியை மூன்று விரல்களால் எடுத்து நெற்றியில் பூசி விட்டார்.

''அம்மா என்ன வேணும்?''

''நானும் உங்ககூட பாத யாத்திரை வரணும்.''

''வாம்மா.''

''உங்க கூட இருந்தவங்களுக்கு பாதுகாப்பா இருப்பேன்.''

''இரும்மா. அதுதா எங்களுக்கும் வேணும்.''

''வர்றன்... கூடவே வருவேன். நியாயம், ஒழுக்கம் எல்லாம் நடக்குதான்னு பாப்பேன்.''

''பாரம்மா... துணையா இருந்து வழி காட்டம்மா.''

திருநீற்றை முகத்தில் விசிறியடித்தார். தீர்த்தம் குபீரென்று அவள் முகத்தில் விழுந்தது. அவள் மெல்ல உடம்பின் இயக்கத்தைத் தளர்த்திக்கொண்டு நிற்க முயற்சி செய்தாள்.

ஐந்து கத்திகள் காவடிக்கு முன் வைக்கப்பட்டன. அவை திருநீற்றுக் கீற்றாலும் சந்தனப் பொட்டாலும் மிளிர்ந்தன. இரண்டு கத்திகள் கைப்பிடியுடன் இருந்தன. 'ப' வடிவில் கைப்பிடிகள் வளைந்து உறுதி காட்டின.

பூசாரி தீபத் தட்டை தாரை தப்பட்டைகள் பக்கம் கொண்டு சென்றார். சற்றே கைகளை உயர்த்தியபடி திருநீறு அவர்களின் மடங்கிய கைகளில் விழுந்தது. ''என்னடா காவி வேட்டி எல்லா வுடுத்தறீங்க?'' யாரோ கேள்வியை தீபத்தின் சூட்டோடு எழுப்பினர். சற்றே கோபமான முகத்துடன் பூசாரி குரல் வந்த திசையைப் பார்த்தார். இளைஞர்களின் கும்பலிலிருந்து குரல் வந்திருக்க வேண்டும். பார்வையைப் பரபரக்க வைத்துவிட்டு அவர் நகர்ந்துவிட்டார்.

காவடியின் இரு புறமும் இருந்த மயில் தோகைகளை நீவியபடி அந்தச் சிறுவன் பார்த்துக் கொண்டிருந்தான். அவனின் தோளுக்கு அந்தப்புறம் இன்னும் இரு சிறுவர்கள் குனிந்து மயில் தோகையைப் பார்த்துக் கொண்டிருந்தனர்.

''பிச்சுட்டு புக்குல வெச்சா குட்டி போடுமா?''

''குட்டி போடுமுன்னுதா சொல்றாங்க.''

"தள்ளுங்கடா... மயில் தோகை மேலே கை வெச்சிடக் கூடாது.''
முரட்டுக் குரலைக் கேட்டு சிறுவர்கள் விலகி பொட்டுக் கடலை
நாட்டுச் சர்க்கரை பிரசாதக் குண்டா பக்கம் நகர்ந்தனர்.

நான்கைந்து பேர் அரளிப் பூ மாலை அணிந்திருந்தனர். அவர்களின்
கையில் எலுமிச்சம் பழத்தைத் தந்தார் பூசாரி. தீர்த்தக் கலசத்தை
அவர்கள் தலையில் சுமந்து கோயிலை வலம் வந்தார்கள்.
"ஒண்ணெ சவுண்டியம்மன் கோயிலுக்கு கொண்டுபோயிருங்க.''

"ஊத்திட்டு வரணும்.''

"ஆமா... ஒண்ணுதா பழனி முருகன் பாதங்களுக்கு போய்ச்
சேரும்.''

இளைஞர்களின் கும்பல் பக்கம் இருந்து கைபேசி சற்றே கரகரத்த
குரலில் சப்தத்தை வெளிக் கொணர்ந்தது. சலசலத்துப் பேசிக்
கொண்டிருந்தவர்களை மீறி அந்த கோஷம் கேட்டது.

"கார்த்திகேயனே... பன்னிருகை வேலனே

சேவல் கொடி தாங்கியவனே

நக்கீரர் மனம் கவர்ந்தவனே

நல்லோர் நெஞ்சில் வாழ்பவனே...''

எரிச்சல் வந்தவர்போல் அந்த முதியவர் சத்தம் போட்டார்.

"என்னடா, செல்ஃபோன்ல பாட்டு போட்டு காமிக்கறீங்க.''

"பக்கத்துத் தெருவுலெ எம்.ஜி.ஆர். பாட்டா ரெண்டு நாளா
போட்டிருக்காங்க.''

"தலைவர் பொறந்த நாளுக்கு அவங்க போடாம இருப்பாங்களா...
செரி... செல்ஃபோனை ஆஃப் பண்ணிட்டு அரோகரா
போடுங்க...''

கைபேசி பாட்டுச் சப்தம் அபரிமிதமான கரகரப்புடன் நின்றது.

"அரோகரா அரோகரா

பழனி ஆண்டவனுக்கு அரோகரா...''

அன்னதானப் பாத்திரங்கள் வந்த டெம்போவின் அருகில் வைக்கப்
பட்டது. அவற்றின் எடையைத் தவிர்த்து விட்ட உற்சாகத்திலே

கீழே வைத்தவர்கள் நிமிர்ந்து நின்று ஆசுவாசப்படுத்திக் கொண்டனர். வரிசை ஒன்று சட்டென ஆரம்பித்து நீள ஆரம்பித்து விட்டது.

பேப்பர் பிளேட்டுகள் எல்லோர் கைகளிலும் இருந்தன. போஸ்ட் பசையைப்போல வெண் பொங்கல் சிறு கரண்டி அளவு விழுந்தது. புளி சாதம் பெரிய கரண்டி அளவு விழுந்தது. நாராயணன் கடைசியாய் நின்று கொண்டு ஒரு பிளேட்டுக்கு ஒரு தண்ணீர் பாக்கெட் என்று நீட்டினார்.

நெற்றி நிறைய பூசாரி திருநீற்றைப் பூசிக்கொண்டார். காவடியைத் தொட்டுக் கும்பிட்டார். ''பழனியாண்டவா... நல்லபடியா எல்லாம் முடியணும். பாத யாத்திரை நல்லபடியா நடக்கணும். எல்லாரும் கைகால் சுகத்தோட நல்லா இருக்கணும்.''

தோளில் காவடியை வைத்தார். கோயிலைச் சுற்றி மூன்றாம் 'ரவுண்டு' வரும்போது அவர் உடம்பு துள்ளாட்டம் போட்டு பின் நிலைக்கு வந்தது. அவரும் பொட்டுக் கடலை சர்க்கரை பிரசாதத்தை எடுத்து வாயில் போட்டுக்கொண்டார்.

அன்னதானத்தை வாங்கிக் கொண்டவர்கள் மெல்ல நகர்ந்து வேப்ப மரத்தடிக்கும், பிள்ளையார் கோயில் மேடைக்கும் நகர்ந்தனர். அவசர அவசரமாய்ப் பசியைத் தணித்துக்கொள்ள ஆரம்பித்தனர்.

''இதெதுக்குடாதண்ணி பாக்கெட், பிளாஸ்டிக் பாக்கெட், ஊரைக் கெடுக்கறது'' — அன்னதானத்தை வாங்கிக்கொண்டு கிழக்குப் பக்கம் சென்றுகொண்டிருந்த முதியவர் பிளாஸ்டிக் தண்ணீர் பாக்கெட்டைத் தூக்கியெறிய, அது இரும்பு முள் கம்பி வேலியில் மாட்டி நீர் பொலீரென்று சிதறியது.

●

4

பெட்ரோல் பங்க்கின் விளம்பரப் பலகை இரவு வெளிச்சத்தில் தனியே மரத்தடியில் நிற்கும் பெண்ணைப் போல இருந்தது நாராயணனுக்கு. இப்போது பெட்ரோல் என்ன விலை? டீசல் என்ன விலை? அறுபது, அறுபத்தாறு என்று சொல்லிக் கொண்டான். ஓடும் தங்கமா, திரவத் தங்கமா, வைரமா எதுவாக இருந்தாலும் பெட்ரோல், டீசல் தங்கம்தான், வைரம்தான், முத்துதான் எப்போதும். நூறு ரூபாய்க்கு என்று பெட்ரோல் போட்டுக் கொள்வார். ஏக்டிவா என்பதால் வெறும் பெட்ரோல் மட்டும், ஆயில் மிக்சிங் வண்டி என்று எதுவும் இல்லாதது ஆறுதலாக இருந்தது நாராயணனுக்கு.

ஒவ்வொன்றாய் இரட்டைச் சக்கர வாகனங்கள் வரிசையில் வந்து போய்க் கொண்டிருந்தன. பாத யாத்திரைக் குழு இன்னும் ரிலையன்ஸ் பெட்ரோல் பங்கிற்கே வரவில்லை. பங்க் என்று சொல்வதைவிட வங்கி என்று சொல்வது அவனுக்குப் பிடித்திருந்தது. அப்படிதான் இரண்டு வருடங்களுக்கு முன்பு சொல்லிக் கொண்டிருந்தான். பலருக்கு அது கிண்டலாக இருந்தது. அல்லது கிண்டல் அடித்தார்கள். எனவே பங்கிற்கே திரும்பி விட்டான். தலையில் பங்க் வைக்கும் காலம் வண்டிக்கும் பங்க் என்றே இருக்கட்டும் என்று நினைத்திருந்தான் நாராயணன்.

தெற்கு வடக்குச் சாலையில் வாகனங்கள் விரைந்து

கொண்டிருந்தன. பெருமநல்லூரிலிருந்து வரும் வாகனங்கள் சற்றே மெதுவாகவும் திருப்பூரிலிருந்து வரும் வாகனங்கள் சற்றே வேகமாகவும் செல்வதாகப் பட்டது. எதிர் வீதிகளில் ஒன்று வாழ்க வளமுடன் இயக்கக் கட்டடத்திற்குச் செல்லும். இன்னொன்று ராம் தியேட்டருக்குச் செல்லும். ராம் தியேட்டரில் படம் பார்ப்பது அவனுக்குப் பிடித்திருந்தது. எப்போதும் அதிகக் கூட்டம் இருக்காது. நினைப்பு வந்தால் கிளம்பி வந்துவிடலாம். சீக்கிரம் வீட்டிற்குச் சென்று விடலாம். வாழ்க வளமுடன் இயக்கக் கட்டடத்திற்கு நான்கைந்து முறை சென்றிருக்கிறான். பயிற்சி எடுத்துக்கொள்ள அங்கிருந்த நிர்வாகி கேட்டிருக்கிறார்.

''நாஸ்திகன் நான், இதெல்லாம் ஒத்து வருமா?''

''நாஸ்திகர்தா எங்களுக்கு தேவை. பக்தி உள்ளவங்களுக்கு கொழப்பம் இருக்கும்.''

''ஒத்து வருமுன்னு தோணலே.''

''உடல் பயிற்சிதானே?''

''ஆன்மீகம்ன்னு...''

''ஆன்மிகம்கறது மத அர்த்தத்திலெ இல்லை. மனசு தர்ற அர்த்தத்திலதா...''

பல பயிற்சி வகுப்புகள் ஆரம்பம் என்று குறுஞ்செய்திகள் வந்திருக்கின்றன. சேருங்கள் என்ற அழைப்பும் இருக்கும்.

வலது பக்க நூல் கடை ராஜராஜன்கூட வாழ்க வளமுடன் இயக்கத்தில் இருக்கிறார். அவர்கூட சொன்னார். அழைப்பு விடுத்தார். பயிற்சியில் சேரும்படி அவர் பேச ஆரம்பிக்கிற போதோ, தொலைபேசி அழைப்பின் போதோ 'வாழ்க வளமுடன்' என்றுதான் ஆரம்பிப்பார். ஆனால், அவரின் கடையில் வேலை செய்யும் பணியாளர்களை கோபத்தில் அழைக்கிறபோது ஏக வசனத்தில் திட்டுவார். அந்தத் திட்டலை தொழில் முறையிலானது என்பார்.

''அது வேற... இது வேறங்க...''

''லட்சியம் வேற... யதார்த்தம் வேறங்கற மாதிரியா?''

''இதிலெ லட்சியம்ன்னு என்ன இருக்கு? சும்மா ஒரு ஆசை, அவ்வளவுதான்.''

காவடிக் குழு வரும் வரை இங்கிருந்து விட்டு அதைப் பின் தொடரலாம் என்று நினைத்திருந்தான். எப்போது இங்கு வரும். லட்சுமி பிள்ளையார் கோயிலிலிருந்து அரை கிலோ மீட்டர் தூரம்தான் இருக்கும். இன்னும் வந்து சேரவில்லை. இடையில் சவுண்டியம்மன் கோயிலுக்குள் நுழைந்ததைப் பார்த்தான். ஜெகந்நாதனின் தோளில் காவடி சுழன்று கொண்டிருந்தது. அவரின் கால்களின் ஆட்டம் காவடி ஆட்டத்திற்கு இணையாக இருந்தது.

தாரை தப்பட்டை சப்தம் கேட்டால் ஆறுதலாக இருக்கும். காவடிக் குழு பக்கத்தில் வந்துவிட்டதாக எண்ணம் வந்துவிடும். மதியம் பூஜையின்போது தாரை தப்பட்டை சப்தம் உச்சத்திற்குப் போனது. அன்னதானம் முடிந்தபின் எல்லோரும் நான்கு மணிக்குப் பைகளுடன் வரவேண்டும் என்ற அறிவுரையால் வீட்டிற்குச் சென்றவர்கள் மெதுவாக வர ஆரம்பித்தார்கள். அப்போதும்கூட தாரை தப்பட்டை கோஷ்டியினர் கோயில் எதிர் சுவரில் சாய்ந்துகொண்டே பேசிக்கொண்டே இருந்தார்கள்.

''எங்காச்சும் போய் உக்காரலாமே.''

''வேண்டாங்க.''

''மத்தியானம் இருந்து நின்னுட்டே இருக்கீங்க.''

''பழகிப் போச்சுங்க.''

''மரத்தடியில எங்காச்சும்.''

''இது போதுங்க.''

இது போதும் என்று காலம் காலமாக அவர்கள் தங்களுக்குள் சமாதானப்படுத்திக் கொள்கிறார்கள். அதன் அடையாளம்தான் இதுவும் என்று நாராயணன் நினைத்தான். திருநீறை மேலிருந்து போட்டது, அன்னதானத்தினை ஓரமாய் இருந்து போட்டது, காவி வேட்டி உடுத்தியிருந்ததை யாரோ ஒருவர் இதெல்லாம் என்னடா என்று கேட்டது போன்றவற்றை நாராயணனும் கவனித்திருந்தான்.

தாரை தப்பட்டை குழு பூலுவபட்டியுடன் நின்றுகொள்ளுமாம். அதற்கப்பறம் அரகர அரகரா கோஷம்தான் அவர்களை வழிநடத்தும். தாரை தப்பட்டை சப்தம் அருகில் கேட்டால் நன்றாக இருக்கும் என்பதை நினைத்தபடி வானம் பார்த்தான்.

வானம் சற்றே இருட்டாகி இருந்தது. நட்சத்திரங்களின் மினுங்கல் அங்கங்கே தெரிந்தது.

இன்னும் கொஞ்ச நேரத்தில் குளிர் வந்துவிடும். பெரிய பிளாஸ்டிக் சாக்கில் பழைய ஜெர்க்கின், பழைய ஸ்வெட்டர், ஒரு போர்வை என்று போட்டு டெம்போ வேனில் வைத்திருந்தான். இன்னொரு ஏர் பேக்கில் இரண்டு சட்டைகளும் ஒரு பேன்ட்டும் இருந்தன. நாலைந்து நாட்களுக்கு இது போதும் என்று நினைத்தான். இரட்டைச் சக்கர வாகனத்தில் செல்கையில் குளிரைக் குறைக்க காதை அடைத்துக்கொள்ளும் அடைப்பானும், ஹெல்மெட்டும் இருந்தன. அவனிடம் இருந்த ஹெல்மெட் பெண்களுக்கானது என்பது போல் வடச்சட்டிபோல சின்னதாக இருக்கும். வண்டியில் சுலபமாக வைத்துக்கொள்வது அவனுக்குப் பிடித்திருந்தது. எப்படியும் பத்து மணிக்கு பொல்லிக் காளி பாளையம் நரசிம்மன் தோட்டத்திற்குக் காவடிக் குழு போய்ச் சேர்ந்துவிட்டால் ஜெர்க்கின், ஸ்வெட்டர் போட்டுக்கொண்டு தூக்கம்தான். தூங்கவென்று பிளாஸ்டிக் பைகளைக் கோர்த்துக் கொண்டு வந்திருந்தான்.

''நாராயணன், என்ன இங்க ரொம்ப நேரமா நின்னுட்டிருக்கே'' செளகத் அலி நெருங்கி வந்தான்.

''பழனி பாத யாத்திரை போறாங்க. நானும் கூட'' ஒரு நல்ல ஜெர்க்கினைப் போட்டு உடம்பை யாருக்கோ காத்துக் கொண்டிருப்பவன்போல் இருந்தான்.

''நீயுமா... நிஜமா...''

''இதிலென்ன?''

''சாமி கும்புட மாட்டே... இதிலெ பழனி பாத யாத்திரைக்கு நீ போறியா?''

''ஒரு எக்ஸ்பீரியன்ஸுக்குத்தா... என்ன நடக்குதுன்னு பாக்கற ஆவல்.''

''நெஜமா நடக்கப் போறியா...''

''அதெல்லாம் இல்லடா... இந்த டூவீலர்லெ அவங்க பின்னால போறது... தங்கறது, வேடிக்கை பாக்கறதுன்னு. பக்கத்து தெருவில் இருந்து கௌம்புறாங்க.''

''உனக்குத் தெரிஞ்சவங்களா?''

''தெரிஞ்சவங்க யாரும் இல்லை. அதனால தொத்திக்கிட்டேன். ஒரு சுவாரஸ்யம், என்ன நடக்குதுன்னு தெரிஞ்சுக்கலாமுன்னு.''

''கொஞ்சம் ரிஸ்க்தானே.''

''ஆமா, என்னைப் பத்தித் தெரிஞ்சா சந்தேகப்படுவாங்க. காலையிலிருந்து கணபதி ஹோமம், லட்சுமி விநாயகருக்கு அபிஷேக பூஜை, காவடி பூஜைன்னு என்னவோ நடந்திச்சு. தூரமா இருந்து வேடிக்கை பார்த்துட்டே வர்றேன். திருநீறு வாங்கல... தீர்த்தம் வாங்கல.''

''யாருக்கும் சந்தேகம் வர்லியா?''

''இதுவரைக்கும் வர்ல. வந்துட்டா சரின்னு திரும்பிர வேண்டியதுதான்... டுவீலர்லதான போறம்.''

''என்னமோ ரிஸ்க் எடுக்கற மாதிரி இருக்கு. நானெல்லா இந்த மாதிரி ரிஸ்க் எடுக்க மாட்டன். எதுக்கு தொந்தரவுன்னு.''

''இதையே ரிஸ்க்குங்கறயா... ரெண்டு வீதி தள்ளி இருக்கற ராவணன்கற புனைபெயர் வெச்சிட்டிருக்கற மணி கூட இதிலெ இருக்கார். அவர் தி.க. மெம்பர்.''

''அட்ரா சக்கை. நல்ல ரிஸ்க்தா. ராவணன் எப்பிடி சமாளிக்கறார்ன்னு சொல்லு திரும்பி வந்தப்புறம்.''

''ராவணன் என்கிற மணி.''

''ஆமாமா...''

●

5

கால்கள் அலுத்துவிட்டன சரோஜினிக்கு. எதற்கு இவ்வளவு அலுப்பு என்பதுபோல சரோஜினி தன்னையே பார்த்துக் கொண்டாள். உஷா தியேட்டர் மின் விளக்குகளால் அலங்கரிக்கப் பட்டிருந்தது. அது இரண்டாகப் பிரிந்துவிட்டது என்றார்கள். சின்ன தியேட்டர் ஒன்று, பெரிய தியேட்டர் ஒன்று என்றபடி.

அம்மாவுடன் பள்ளியில் படிக்கறபோது உஷா தியேட்டருக்குப் படம் பார்க்க வந்திருக்கிறாள் சரோஜினி. மூன்று மணி நேர நெரிசலில் நின்று 'உலகம் சுற்றும் வாலிபன்' படம் பார்த்திருக் கிறாள். 'நத்தையில் முத்து' என்று ஒரு படம் அவளுக்கு மிகவும் பிடித்த படமாக அங்கு பார்த்ததில் நன்கு நினைவில் இருந்தது.

பாத யாத்திரைக் குழுவில் பேருக்கு ஐம்பது ரூபாய் என்றார்கள். இப்போது நடப்பவர்கள் இருபது பேர்கூட தேறாது. நாலைந்து பேர் டெம்போ வண்டியில் ஏறிக்கொண்டார்கள். சமையல் சாமான்கள், கேஸ் சிலிண்டர்கள், மளிகைப் பொருட்கள், வருகிறவர்களின் பைகள் என்று ஏற்றியாகிவிட்டது. டெம்போ வேனில் சிலரும் ஏறிக்கொண்டார்கள். கால் வலிக்கிறது என்று தோன்றியதும், வண்டிகளில் ஏறிக் கொண்டார்கள். ஒரு பையன் வண்டியில் பின்தொடர்ந்து வருகிறான். அவன் பழைய பேருந்து நிலைய முக்கில் தேநீர் குடித்துக் கொண்டிருந்தபோது அவளருகில் சென்று நின்றான்.

''என்ன, பாத யாத்திரை குழுதானே தம்பி?''

''ஆமாங்க... ஆத்தா... நீங்க?''

''சேரன் நகர் பாத யாத்திரைதான்.''

''டீ குடிங்க.''

''சொல்லுங்க.''

''ஆத்தா... சக்கரை கம்மியா... சக்கரை இல்லாமியா?''

''சக்கரை சாதாரணம்தா... சர்க்கரை வியாதி இருந்தா இந்த நடைக்கெல்லாம் வர முடியும்... ஆமா என்ன ஆத்தான்னு கூப்புட்டுட்டே.''

''என்னமோ தோணுச்சு ஆயா... அதுதான்.''

''ஆத்தா போயி, ஆயாவா... செரிதா.''

''உட்காருங்க.''

''ஆமா. இது என்ன காவலுக்கு ஆள் மாதிரி... பாத யாத்திரைன்னா நடந்துதான் போகணும். நீ எளவட்டம். நடக்கலாம்தானே!''

''அரை மணிநேரம் நடக்கலாம், அவ்வளவுதான்போதும், ஆனா வரணும்ன்னு ஆசை.''

''என்ன பிரார்த்தனை, கல்யாணம் ஆகணும்னா?''

''அதுக்கு அக்கா, தங்கச்சிக வழி வுடணும். மூணு நாலு வருஷமாச்சும் ஆகணும்.''

''அதுக்கு எடையில நெனப்பு வந்து எவளையாச்சும் கட்டிக்காதே, பொறுமையா இரு.''

''உங்களுக்கு என்ன ஆயா?''

''ஆயாவோ... ஆத்தாவோ என்னமோ கூப்புடு, என்னமோ வெள்ளைச் சிலை மாதிரி ஒண்ணெக் கட்டிட்டா வெளங்கிடுதா... சரி... கெழுடுதா. அம்பது வயசுக்கு மேல புருஷன் இல்லாட்டி நூறு வயசு ஆன மாதிரி ஆயிடுது.''

''பசங்க...''

''ஒரே மகன், தொந்தரவு பண்ற மருமக. அவகிட்ட இருந்து தப்பிக்கறதுக்கு இப்படி வந்துட்டன். வயசானவங்க கோயில்ன்னு

கூப்பிட்டா ஓடிப் போயிற்றது வழக்கம். மருமகளுக்கு பயந்துதான்...''

''அதுக்கு மேல ஏதாச்சும் வேண்டுதல் யாருக்கு ஆத்தா?''

''இருக்கு. எனக்கு எளையவ ஒருத்தி நாப்பத்தாறு வயசு மார்லெ புத்து நோய்ன்னாங்க. ஒரு மார்ரெ எடுத்துட்டாங்க. இன்னொரு மாரை எடுக்கற நிலைமை வரக் கூடாதுன்னு அவ பிரார்த்தனையா இருக்கா... அதனாலதா நானும் இதில் சேர்ந்துட்டன்.''

வானம் பிரமாண்டமாய் விரிந்து கிடந்தது. வானத்திலிருந்து ஊஞ்சல் தொங்குவதுபோல் விளக்குகள் மின்னிக் கொண்டிருந்தன.

தாராபுரம் சாலையின் இரு புறங்களிலும் விளக்குகள் பளிச்சென்று வெளிச்சம் காட்டின. வாகனங்கள் தாங்கள் சலித்தவர்கள் இல்லை என்பதுபோல் விரைந்து கொண்டிருந்தன. தூரத்தில் ஏதோ மலை தெரிவது போலிருந்தது. இங்கு என்ன மலை வந்தது? சிவன் மலை காங்கயம் சாலையில் இருக்கும். மலை மாதிரி மேகங்கள் வேடிக்கை காட்டுகின்றனவா? ஒரு நிமிடம் நின்று வேடிக்கை பார்ப்பதுபோல் நின்றாள். கலாவதி கையில் ஒரு சிறு பையுடன் தளர்ந்து நடந்து போய்க் கொண்டிருந்தாள். ஒரு வகை விஷமப் புன்னகை அவள் முகத்தில் இருக்கும். இப்போது களைத்துப் போன முகம் என்றாலும் வசீகரமாய் புன்னகைத்து, ''வாங்க... நடந்து வந்திருங்க'' என்று சொன்னாள். கொஞ்சம் விரைசலாய் போய் கலாவதியைப் பிடித்துவிட வேண்டும்போல் இருந்தது. சரசரவென பாம்புபோல் போனால் நல்லது. பாம்பு போல் போக என்ன வரம் வாங்க வேண்டும். ஊர்ந்து போய் பழனியை அடைந்துவிட்டாலும் சரிதான் என்றிருந்தது சரோஜினிக்கு.

உஷா தியேட்டர் பக்கம் வருகிற போதெல்லாம் சரோஜினிக்கு சிவன் மலைக்குப் போகும் தடம்தான் ஞாபகம் வரும். இடது பக்கம் போனால் சிவன் மலை, வலது பக்கம் போனால் தாராபுரம் சாலையில் அலகுமலை. கால்கள் காங்கயம் சாலைக்கு எப்போதும் தூண்டிவிடப்பட்டது போலதான் அவளுக்கு இருக்கும்.

தூரத்தில் படியூரைக் கடக்கும்போதே சிவன் மலை அவளின் கண்களுக்குள் அடங்கிவிடும். அங்கு வள்ளி தெய்வானையுடன் தம்பதி சமேதராக சுப்பிரமணியர் காட்சி தருவார். சரோஜினியின்

சித்தப்பா கனகராஜ் காங்கயத்துக்காரர் சிவவாக்யம் என்ற நூலில் இருந்து பாடல்களை அவ்வப்போது பாடிக் காட்டுவார். அதை எழுதிய சிவஞானி அமைத்த கோயில் என்பார். சிவவாக்கியர் முருகனின் உபதேசம் பெற்று கோயில் அமைத்ததால் சிவன் மலை என்று பெயர் வந்திருக்கிறது. குறவஞ்சி, பிள்ளைத் தமிழ் உள்ளிட்ட நூல்கள் இந்த மலையையப் பற்றியே சொல்கின்றன வாம். அந்த சிவன் மலையே பின்னர் சிவன் மலை என்றாகி யிருக்கிறது என்பது அவளுக்கு ஞாபகம் வந்தது.

சிவன் மலை கிரி வலத்திற்கு அமாவாசை அன்று சரோஜினி ஒரு தரம் சென்றிருக்கிறாள். சேரன் நகரிலிருந்து இங்கு வருவதில் பாதி தூரம்தான் கிரிவலம் செல்லும் பாதை. யானைப் பாதையில் அவள் அப்பா சின்ன வயதில் கூட்டிச் சென்றதாகச் சொல்லியிருக்கிறார்.

தைப்பூசம் சிவன் மலையில் நடந்ததற்கு இரண்டு ஆண்டுகள் முன்பு சென்றிருக்கிறாள். 'கந்தன் பாதம் கனவிலும் காக்கும்' என்றொரு வாசகம் அவள் மனதில் எப்போதும் அலையடிக்கும். பக்தர்களின் கனவில் வந்து ஆண்டவர் உத்தரவு என்று ஏதாவது பொருளை வைக்க யோசனை வருமாம். பக்தர் கனவில் கண்டதாய் ஏதாவது பொருளைக் குறிப்பிட்டுச் சொன்னால் முருகன் சந்நிதிக்கு முன்பு இருக்கும் கண்ணாடிப் பெட்டியில் அந்தப் பொருள் வைக்கப்பட்டு பூஜை நடக்குமாம். தனது கனவிலும் வந்தது என்று ஏதாவது பொருளைச் சொல்ல, அவள் மனது பரபரக்கும். அப்படி வைக்கும் பொருளுக்குக் கிராக்கி இருக்கும் அல்லது பஞ்சம் ஏற்படும் என்று சொல்லிக் கொள்வார்கள்.

தான் கனவில் வந்ததென்று ஏதாவது பொருளைச் சொல்லலாமா என்ற யோசனை சரோஜினிக்கு வந்தது.

'இளையவளைச் சாகடிக்கும் புற்றுநோயைக் கொல்லவேண்டும். புற்றுநோய் சம்பந்தமாக என்ன பொருளைச் சொல்லலாம்' சரோஜினி நடந்துகொண்டே யோசித்தபடி விளக்குகள் மின்னும் வீதியைப் பார்த்தாள்.

●

6

பேருந்தை விட்டுக் கீழே இறங்கியதும் எதிரில் கணேஷ் ராம் தோட்டம் இருளில் மூழ்கியிருந்தது தென்பட்டது. எதிர்த்த பெட்ரோல் பங்கின் வெளிச்சம் இருளில் மூழ்கியிருந்த மேட்டுப் பகுதியைப் புது உலகம்போல் காட்டிக் கொண்டிருந்தது. பெட்ரோல் பங்கிலிருந்து நாராயணன் இரட்டைச் சக்கர வாகனத்தை ஓட்டி அவள் அருகில் நின்றான்.

"இந்தத் தோட்டந்தாங்களா... ரொம்பவும் இருட்டா இருந்துச்சு. விசாரிச்சுட்டு இங்கையே நின்னுட்டன்.''

"இங்கதான் தங்கப் போறம்.''

"இருட்டா கெடக்குது.''

"உள்ளே லைட் எரியுதே. சாளையில் கூட லைட் எரியுதே.''

கலாவதியும், ஜெகந்நாதனும் களைத்துப் போனதுபோல் அந்தப் பேருந்து நிறுத்த சிமெண்ட் பெஞ்சில் உட்கார்ந்தார்கள்.

"டெம்போ வேன், லாரி ரெண்டும் எங்க இருக்குதுன்னு தெரியலெ கலா.''

"அநேகமா முன்னாலதா போயிருக்கணும்.''

"பின்னால இருக்கறதுக்கு சான்ஸ் இருக்கு.''

''ஏதாச்சும் தென்பட்டா ஏறிக்கலாம். காவடி யார்கிட்ட இருக்கு... முனிரத்னம் கிட்ட இருக்குமுன்னு நெனைக்கறேன்.''

''ஏதாச்சும் பஸ் வந்தாக்கூட ஏறிக்கலாம்.''

ஜெகந்நாதன் முன்பெல்லாம் முழுமையாக நடக்கவேண்டும் என்பதில் உறுதியாக இருப்பார். வண்டியில் ஏறிக்கொள்வதோ, பேருந்தில் ஏறி இடத்தைக் கடப்பதோ 'தெய்வ குத்தம்' என்று சர்வ சாதாரணமாகச் சொல்வார்.

''முருகனை நெனச்சுட்டு நடங்க. கால்லெ வலியும் தெரியாது. வலிப்பும் வராது. எந்தப் புண்ணும் வராது'' என்பார். அவர் இருபத்தைந்து ஆண்டுகளாக பாத யாத்திரையில் கலந்து கொள்கிறார்.

அந்தப் பேருந்து அவர்களைப் பெட்ரோல் பங்க் முன்னால் இறக்கிவிட்டது. கணேஷ்ராம் தோட்டம் இருளில் மூழ்கி யிருந்தது. கண்டக்டர் அலுத்துக்கொண்டுதான் விசில் அடித்து வண்டியை நிறுத்தினார்.

''இங்கல்லாம் நிக்காதுங்க.''

''பாத யாத்திரை போறம். காவடி குழு தங்கற எடங்க.''

''அதுக்காக எக்ஸ்பிரஸ் பஸ்ஸெ இங்க நிறுத்த முடியுமா?''

''முருகன் அருள் என்னைக்கும் உங்களுக்கு இருக்கும். நிறுத்துங்க.''

''செரி... வரம் குடுக்கறீங்க.. நிறுத்திற வேண்டியயதுதான்...''

மண் பாதை சாளைக்கு இட்டுச் சென்றது. சோளத் தட்டுகள் சலசலத்து ஓசை எழுப்பின. வானத்து நட்சத்திரங்கள் வழி காட்டுவதுபோல திரிந்தன. மாட்டு வண்டி ஒன்று சாளை ஓரத்தில் நின்றிருந்தது. இரண்டு இரட்டைச்சக்கர வாகனங்கள் மேற்குப் புற வீட்டின் வாசலில் நின்றிருப்பதை எரிந்து கொண்டிருந்த மின் விளக்குகள் காட்டின.

''வண்டிக இன்னும் வர்லெ.''

''வந்திடும்...''

கலாவதி பெண்களையெல்லாம் நோட்டமிட்டாள்.

''எல்லாரும் இருக்கீங்கில்லையா?''

''இருக்கம். ஓடிப் போறதுக்குன்னு யாரும் வர்லியே.''

''இந்த நக்கல்தானே வேண்டாங்கறது. எல்லாரும் இருக்கீங் களான்னு கேக்கறது மொறை.''

''இன்னும் நாகரிகமா பக்தர்கள் எல்லாரும் இருக்கீங்களான்னு கேக்கணும்.''

''செரி... செரி... பக்தர்கள் எல்லாரும் இருக்கீங்களா?''

''இருக்கோம்'' மதுபாலாவின் குரல் மட்டும் ஒலித்தது. இருட்டை மீறிக்கொண்டு குரல் வந்தது.

''ஒரு ஆள்தா குரல் கொடுக்கறாப்பலே.''

''எல்லா சார்பிலியும் ஒரு குரல்.''

''செய்வீங்களா... செய்வீங்களான்னு அம்மா கேட்டதும் எல்லாரும் செய்வோம்ன்னு சொல்ற மாதிரி சொன்னா நல்லா இருக்கும்.''

''அது என்ன... அம்மா கூட்டமா... செய்வோம் செய்வோம்ன்னு பிரியாணிக்காக கத்தறதுக்கு...''

''செரி...செரி... பிரியாணி நாயம் வேண்டாம். அவிச்சுட்டு வந்த இட்லியெ சாப்பிட தயார் பண்ணுங்க.''

கோயில் வழி கருப்பராயக் கோயிலில் காவடி இறக்கி வைத்து கொஞ்சம் ஓய்வெடுத்தார்கள். துண்டை விரித்துப் போட்டு சிலர் உடம்பைச் சாய்த்துக் கொண்டார்கள். இரவின் இருள் பயமுறுத்த கருப்பராயன் சிலைகள் வெளிச்சத்தில் இன்னும் பயமூட்டியபடி இருந்தன.

''கொஞ்ச தூரம் போய் மகாலட்சுமி சுவாமிகள் மண்டபத்திலெ கூட தங்கியிருக்கலாம்.''

''இப்ப வந்த சாமி அது. இது காலம் காலமா இருக்கற சாமி. ஊரை காவல் காக்கற சாமி.''

அவினாசிக்காரர்கள் என்று சொல்லிக்கொண்டு ஒரு பெண்மணி முனிரத்தினத்திடம் வந்தாள். அவள் உடம்பில் மினுக்கமும், சற்றே அதிகமான தங்க நகைகளும் இருட்டில் கூட மின்னின.

''அவினாசியிலிருந்து வர்றம். முந்நூறு பேருக்கு அன்னதானம் பண்ணி எடுத்துட்டு வந்திருக்கறம். சாப்புடலாம்.''

''வேண்டாங்க. நாங்க இட்லி அவுச்சு கொண்டுட்டு வந்திருக்கம். எடையில எங்கையும் எதுவும் வாங்க மாட்டம். டீ, பிஸ்கட்டுனா பரவாயில்லை. சாப்பாடெல்லா சமச்சுதா சாப்புடுவம். ரொம்பவும் தேங்ஸ்ங்க.''

கோயில் வழியிலேயே சிலர் பசி என்றார்கள். கணேஷ் ராம் தோட்டத்திற்கு வரும்போது பதினொன்றரை ஆகிவிட்டது. வேனிலிருந்து இட்லிப் பாத்திரங்கள் இறக்கப்பட்டு தேங்காய்ச் சட்டினியில் தண்ணீர் ஊற்றப்பட்டு கலக்கப்பட்டது.

''என்ன நாலஞ்சு பேர் ஆம்பளைக தூங்க ஆரம்பிச்சிட்டாங்க.''

''எடையில பசி தாங்காமெ டீக்கடையிலெ எதயாச்சும் சாப்பிட்டிருப்பாங்க. யார் கிட்டயாவது அன்னதானம் வாங்கிச் சாப்புட்டா விரதம் கொலஞ்சிரும்ன்னு மனசில இருக்கணும்.''

யாருடையதோ கைபேசி வெளிச்சம் காட்டிப் பாடியது. 'ஸ்பீடு... ஸ்பீடு... காட்டி போ மாமா' என்றது.

''எந்த மாமா இந்த நேரத்தில கூப்படறது?''

''நெனப்பு வந்த மாமாவா இருக்கும்.''

''மதுபாலா மச்சானா...''

மதுபாலாவிற்கு இரண்டு வயதில் குழந்தை ஒன்று இருக்கிறது. அதை அத்தையிடம் விட்டுவிட்டு வந்திருந்தார். அவரின் அத்தையும் மாமாவும் ஞாயிற்றுக் கிழமை முருகன் அபிஷேகப் பூஜையில் கலந்து கொள்வதாகச் சொல்லியிருந்தார்கள். மதுபாலாவின கணவனுக்கு நிரந்தர வேலை என்று எதுவும் அமையவில்லை. பாத யாத்திரை நல்ல பலன் கொடுக்கும் என்று மதுபாலா முடிவுசெய்து வந்திருந்தார்.

''செய்வீர்களா... செய்வீர்களா...ன்னு ஆர்டர் போட்டு கேக்கற அம்மா போன ஜென்மத்தில என்னவா இருந்திருப்பாங்க கலாவதியக்கா...''

''ராணுவத் தளபதியா இருந்துருப்பாங்க. இல்லீன்னா ஜனாதிபதியா...''

"போன ஜென்மம் இப்போ எங்க வந்தது?"

"நடு ராத்திரி, நடுக்காடு, பேய்க உலாவர எடம் மாதிரி ஒரு எடம் அதுதா."

"முருகன் இருக்க பேய் பயம் எதுக்கு?"

"சரிதா... அரோகரா, அரோகரா..." பூசாரி ஜெகந்நாதன் பெரிதாய் சப்தமிட்டு ஏதோ முடிவுக்குக் கொண்டு வருபவர் போல சொன்னார்.

இருட்டு எங்கும் வியாபித்து குளிரை வெளிச்சமான பகுதிக்குத் துப்பிக் கொண்டிருந்தது. மெல்ல இருள் எங்கும் பரவி வெளிச்சம் இல்லாமல் செய்துவிடும் என்று தரையில் விரித்திருந்த இலையில் வைக்கப்பட்டிருந்த இட்லியைச் சுவைத்தனர். ஆஸ்பெஸ்டாஸ் கூரையின் வலது பக்கத்தில் பெண்களும், இடது பக்கத்தில் ஆண்களும் தனிப் பகுதிகளை அமைத்துக்கொண்டு பிளாஸ்டிக் பைகள், சாக்குகள், உரப் பைகளை விரித்துக்கொண்டு உடம்பைக் கிடத்தினர்.

மதுபாலா தலையில் ஸ்கார்ப் ஒன்றைக் கட்டிக்கொண்டு காதுகளைப் பாதுகாப்பாக்கிக் கொண்டாள். அவளின் கறுத்த உடம்பில் மஞ்சள் நிறமான ஸ்வெட்டர் பளிச்செனறிருந்தது.

கைபேசியை உயர்த்தி செல்ஃபி ஒன்றை எடுத்ததில் மின்னல் அடித்தது.

"என்ன செல்ஃபியில் பேய் மாதிரி இருக்குதா?"

"பாக்கணும்."

"இந்த ராத்திரியில அதெப் பாத்துராதே."

"உஷ்..."

"அரோகரா... அரோகரா..." பேச்சு அடங்கியது.

•

7

"அரோகரா... எந்திரிங்க... அரோகரா... எந்திரிங்க..."

ராவணனின் காதுகளில் தெளிவாக வார்த்தைகள் விழுந்தன. ஏதோ ஜில்லென்று காதுகளின் வழியே உடம்பைப் பதம் பார்ப்பது போலிருந்தது. இப்படிக் குளிரும் நேரத்திலா எந்திரிப்பது? எதற்கு எழுப்புகிறார்கள்? உடம்பு குளிர்ந்து சட்டென நடுங்க வைத்தது.

"ராவணன் எந்திரிக்கிறியா..."

"நான் ராவணன் இல்லே மணி..."

"செரி... மணி எந்திரி..." என்றான் நாராயணன்.

"அரோகரா... எந்திரிங்க அரோகரா..."

இம்முறை மணி ஆட்டியவுடன் எழும்பிய சப்தம் குளிரை முறைத்துக்கொண்டு தடுமாறி அலைக்கழித்தது. கலகலவென மணி சப்தம் ஊடுருவிக் கொண்டிருந்தது.

"இதுக்கு மேல துாங்க முடியும்ன்னு தோணலே நாராயணன். மணி என்ன?"

"மூணுதா ஆச்சு..."

"எதுக்கு இந்நேரத்துக்கு?"

"எல்லாரும் குளிச்சா நாலு மணியாகும். அப்பறம் நடைதா... ஏழு மணி, எட்டு மணி வரைக்கும் நடை. அப்புறம் ஏதாச்சும் தோட்டத்துல ரெஸ்ட்."

"எனக்கு கால் வலிக்குது. இன்னிக்கு உன்னோட டூ வீலர்ல டபுள்ஸ்க்கு புக் பண்ணிக்கறேன்."

"ஓகே... ஆமா, நீ ராவணன்னு தெரியாதபடி நடந்துக்கறியா... எல்லாமும்..."

"எல்லாமும் செரியாத்தா நடக்குது. திருநீறு வாங்கி பூசிக்கல. ஒரு நாளுதானே ஆச்சு. இன்னும் நாலு நாள்."

"வேஷம் கலைஞ்சா..."

"கௌம்பிர வேண்டியதுதா..."

மதுபாலா குளித்துவிட்டு வேறு உடை மாற்றி இருப்பது கண்ணில் பட்டது. குளிர் இவர்களை எப்படி குளிக்க வைத்தது. எந்தத் தைரியம் இப்படிச் செய்ய வைத்தது என்று ஆச்சரியப்படுபவன் போல ராவணன் பார்த்துக் கொண்டிருந்தான்.

"அவங்க மேரீடா, அன்மேரீடா..."

"கேட்டு சொல்லட்டுமா?"

"ரொம்பவும் இளவயசா இருந்துச்சு, அதுதா..."

"மேரீட்னு நெனைக்கறேன். பொறப்படறப்போ கைக்கொழந்தை யோட பாத்தன்."

"செரி. அவங்க போட்டுட்டிருக்கறது சாதாரண சுடிதார் பேன்ட்டா, இல்லை லெக்கின்ஸா?"

"இறுக்கமாக் கூட தெரியுது. லெக்கின்ஸாகூட இருக்கலாம்."

"பாத யாத்திரைக்கு ட்ரெஸ் கோட் கெடையாதா... கோயில்லெ ட்ரெஸ் கோட் பத்தி பெரிசா பேசறாங்க..."

"அது லெக்கின்ஸான்னு மொதல்ல கன்ஃபார்ம் பண்ணணும்."

"ட்ரெஸ் கோடுன்னாலே கோயில்ல கூட்டம் கொறஞ்சிடு மோன்னு சிலருக்குக் கவலை."

"மாட்டுக் கறிக்கு தடை கேக்கறவங்கதானே அவங்க..."

மெல்ல பனி திரையாய் தூரத்து சோளக் கதிர்களை மறைத்து விட்டிருந்தது. ''முக்குல போக முடியாது போல... போற வழியில எங்காச்சும் பெய்ட் டாய்லட் தேடணும்... கால் வைக்க முடியலே... சோளத் தட்டுக்குள்ளாற நம்ம ஆம்பளைக...''

''பொம்பளைகளுக்கு ரொம்பவும் கஷ்டம்.''

''எங்காச்சும் பெய்ட் டாய்லெட் காட்டி அவங்களுக்கு ஹெல்ப் பண்ணணும்.''

காவடியின் அருகில் குத்து விளக்கொன்று எரிந்தது. விளக்கின் வெளிச்சம் பரவலாகி குளிரை ஊடுருவியது. கலசங்கள் காவடியின் முன் அணிவகுத்து நின்றன. வலது, தெற்கு, வடக்குப் பக்கங்களில் இருந்து தண்ணீர் விழும் சப்தம் பரவியது. தொட்டிகள், பைப்கள் என்று இருந்த இடங்களில் ஆண்கள் குளித்துக்கொண்டு அரோகரா கோஷத்தை முணுமுணுத்துக் கொண்டிருந்தனர்.

சுக்கு தேநீர் வடக்குப் புறத்தில் ஆவியை வெளியிட்டுக் கொண்டிருந்தது. அங்கு சிறு வரிசைபோல் சிலர் நின்று தேநீரை ருசித்துக் கொண்டிருந்தனர்.

''கெளம்புங்கோ... அரோகரா... கெளம்புங்க...'' பைகள், பாத்திரங்கள் டெம்போ வேனில் ஏறிக் கொண்டன. அவை எழுப்பிய இரும்பு மோதல் சப்தம் வாகனங்கள் மோதிக் கொள்வதைப்போல் அமைந்திருந்தது.

நாராயணன் அவனருகில் வந்த சிறு பையனை நின்ற வாக்கில் சேர்த்தணைத்துக் கொண்டான்.

''எத்தனாவது படிக்கிறே?''

''நாலாவது.''

''லீவா?''

''லீவு போட்டுட்டேன்.''

''பரிட்சை வந்தா கஷ்டமில்லையா?''

''வந்தா முருகன் காப்பாத்தாமியா போறான்.''

காவடியைக் கோகுலின் தோளில் ஏற்றினார்கள்.

தீர்த்தக் கலசங்கள் இப்போது வேறு நபர்களிடம் இடம் மாறி இருப்பதை நாராயணன் கவனித்தான்.

''நீ கலசம் எடுப்பியா?''

''சின்ன கலசம் இருக்கே. எடுப்பேன்.''

''பெரிசு...''

''பெரியவனாகி எடுப்பேன்.''

''பெரியவனாகியும் இப்பிடியே இருப்பியா...''

''இருப்பேன்... இப்பிடியா?''

''பக்தியுள்ளவனா.''

''பக்தி ஆளா இருப்பேன். வேற என்ன சந்தேகம்? பக்தி போச்சுன்னா பொணம்ன்னு எங்க தாத்தா சொல்லியிருக்கார்.''

''தாத்தா எங்க?''

''போன வருஷம் செத்துப் போயிட்டார்.''

''காவடி எடுப்பியா?''

''பெரியவனாகி எடுப்பேன். பூசாரி எங்க இன்னொரு தாத்தா. அதை தாங்கற சக்தி ஓடம்புலயும் மனசுலயும் வரும். எடுப்பேன்.''

நாராயணனின் பக்கத்து வீட்டுக்காரர் துரைசாமி ஆசாரி சென்ற முறை இந்த லட்சுமி விநாயகர் பாத யாத்திரைக் குழுவில் வந்திருந்தாராம். அவருக்குக் காவடி தர மறுத்திருக்கிறார்கள். இந்த ஆண்டு பாத யாத்திரை வர இஷ்டமில்லை என்று சொல்லி விட்டார்.

''எனக்கு ஏன் காவடி தரக் கூடாது?''

''பூணூல் போடலே.''

''பிராமணனா.''

''இல்லை... பாப்பானா இல்லாட்டியும் நாங்க பூணூல் போட்டிருக்கறமே.''

''ஆசாரிகளும் பூணூல் போடுவம். புது மனை கிரகப் பிரவேசம்கூட பண்ணுவம்.''

''பூணூல் போட்டுட்டு வா. அப்புறம் பார்த்துக்கலாம்.''

துரைசாமி இந்த ஆண்டு தைப் பூசத்துக்கு வடலூர் போவதாகச் சொன்னார். ஜெகந்நாதன், ''எனக்கும் அங்க போற கனவு இருக்குது. பழனி யாத்திரையில் அங்க போக முடியறதில்லெ'' என்றார்.

காவடிக் குழு லட்சுமி விநாயகர் கோயிலிலிருந்து புறப்படும்போது துரைசாமி திண்டல் வேலாயுத சாமியைப் பார்க்கப் போகிறேன் என்று கிளம்பிக் கொண்டிருந்தார்.

''நீங்கெல்லாம் பழனி போங்க. அதுக்கு சமம் திண்டல் கோயில்'' என்றார்.

'சீனபுரத்து வாரிசு நாங்க. திண்டல் சாமியை மறக்க மாட்டோம்' என்பார். அவரின் முந்தைய தலைமுறையில் ஒரு குடும்பம் பிரசவ வலியில் துடித்து திண்டல் மலை வந்ததாம். வெள்ளை உடையில் வந்த ஒரு மூதாட்டி தன் கையிலிருந்து பச்சை இலையைக் கசக்கி கர்ப்பிணி வாயில் ஊற்ற சுகப் பிரசவம் நடந்ததாம்.

''அந்தக் குழந்தை எங்க முப்பாட்டன்.''

அவருக்கு நான்கு ஆண்டுகளுக்கு முன்பு கண் பார்வை மங்கலாகிப் போக நான்கு நாட்கள் திண்டல் கோயிலில் தங்கி இருந்து குணம் அடைந்திருக்கிறார்.

''குழந்தை வேலாயுதன் அவர்.'' திருக்கார்த்திகை தினத்தன்று சுருட்டு வைத்து பூஜை செய்வதைப் பற்றி துரைசாமி சொல்லியிருக்கிறார்.

''இந்தக் குளிருக்கு சுருட்டோ, சிகரெட்டோ சொகமா இருக்கும்.''

''அய்யய்யோ... பாத யாத்திரை வந்துட்டு சிகரெட்டும், சுருட்டுமா... தாத்தா என்ன இது?''

நாராயணன் அந்தச் சிறுவனின் வாயைப் பொத்தினான்.

''எங்க தாத்தாவைப் பாருங்க.''

''என்ன?''

''பவள மாலை போட்டிருக்கார். பவள மோதிரம்.''

''நெசமா?''

"பவளம்ன்னு நெனைக்கறேன்."

"அப்புறம் ட்ரெஸ் மாத்திட்டார்."

"ஆமா... செவப்பு நிற வேட்டிக்குப் போயிட்டார்."

"உஜாலாவுக்கு மாறிட்ட மாதிரியா..."

"எனக்கு செவ்வாய் தோஷம். உஜாலாவுக்கு மாற முடியுமா பையா?"

"சிவப்பு நிற வேட்டிய தானம் பண்ணுங்க. துணியும் தானியமும் தானம் குடுங்க. செவ்வாய் பறந்து போகும்."

"எப்பிடிடா இது தெரியும் உனக்கு?"

"எங்க தாத்தா சொல்லிக் கேட்டதுதான்."

சிறுவன் விறுவிறுவென ஓடி ஜெகந்நாதனுடன் சேர்ந்து கொண்டான். காவடி பிரதான சாலையில் விரைந்து கொண்டிருந்த பேருந்தை ஓட்டி நகர்ந்து செல்ல ஆரம்பித்தது.

"நிதானமா ஓரமா போங்கப்பா. பஸ், லாரின்னு வேகமா போவாங்க."

ஜெகந்நாதன் உரக்கவே சப்தமிட்டார்.

"இங்க முக்கில் ஒரு அரச மரம் இருந்துச்சு. பஸ்ஸோ, லாரியோ மோதி வீணாப் போச்சு. வெட்டிட்டாங்க."

"அரச மரம் முக்கிய மரமா தாத்தா?"

"அறிவு தர்ற மரம்."

"அப்பிடியா?"

"கோயில் இல்லாட்டியும் அரச மரம் எந்த ஊருலயும் இருக்கணும். நூத்தியெட்டு தரம் சுத்தி வந்தா தீராத வியாதியும் தீரும்."

"நம்ம ஊர்ல காணமே தாத்தா."

"நாமதா டவுன்லெ இருக்கமே."

•

செவந்தாம் பாளையம் தாண்டி வந்துகொண்டிருக்கும்போது மோகன் தனித்து விரட்டப்பட்டவர்போல் சென்று

கொண்டிருந்தார். கால்களில் புழுதி ஒட்டிக் கொண்டிருந்தது. தீர்த்தக் காவடிகள் நான்கைந்து அலங்காரங்களுடன் நகர்ந்து கொண்டிருந்தன. கல்லூரிப் பெண்கள் போன்ற தோற்றத்தில் நான்கைந்து பேர் காவடிகளுடன் நொண்டிய கால்களுடன் நகர்ந்து கொண்டிருந்தனர்.

தெற்குப் பக்கமிருந்து ஓடி வந்தவனை மோட்டார் பைக்கில் வந்த ஒருவன் இடைமறித்தான். அவன் மேல் வண்டியை மோதுவது போல் நிறுத்திவிட்டு இறங்கி ஓடி வந்தவனைப் பிடித்தான். இன்னொரு பைக்காரன் பக்கத்தில் வந்து நெருங்கி அவனின் பின்புறச் சட்டையைப் பிடித்தான். முதலில் வந்தவன் முன்னால் சட்டைப் பாக்கெட்டை இறுக்கினான்.

''ஓதை வுழுகும். எதுக்கு வந்தே சொல்லு.''

''ஒண்ணுமில்லைங்க.''

''இல்லை... எங்களப் பார்த்ததும் ஓடியாந்தியே.''

''ஒண்ணுமில்லிங்க.''

''ஒதை வுழுகும். யாருன்னு சொல்லு? பாத யாத்திரை போற ஆளு மாதிரி தெரியலே. பேன்ட்டும் ஷர்ட்டும் போட்டிருக்கறே... உட்கார்றா...''

சாலை ஓரத்தில் இருந்த பாறை மேல் உட்கார்ந்தனர். ஒருவர் அவன் சட்டையைப் பிடித்துக் கொண்டிருந்தார். பாத யாத்திரை குழுக்காரர்கள் நாலைந்து பேர் விரைந்து வந்து சுற்றிக் கொண்டார்கள்.

''இதென்ன...?''

''லைஃப் பெல்ட்டுங்க...''

''எதுக்கு?''

''பாத யாத்திரை போறப்போ ராத்திரியில கார், பஸ் லைட் பட்டா மினுங்கும். ஆள் போறது தெரியும். ஒரு எடத்தில குடுத்தாங்க. வாங்கி வெச்சிட்டன். பிரயோஜனம் ஆகுமுன்னு. வேண்ணா நீங்க வெச்சுக்கங்க.''

''எங்களுக்கு எதுக்கு... எதுக்கு தோட்டத்துக்குள்ள வந்தே. எங்களப் பார்த்து ஓடுனே. சட்டை, பேன்ல இருக்கறத காட்டு.''

சட்டையில் நாலைந்து தாள்கள் இருந்தன. பேன்ட் பாக்கெட்டிலிருந்து அழுக்குக் கர்ச்சீப் ஒன்றையும் சாண் அளவு சீப்பையும் எடுத்தான். கருமையாய் அழுக்கடைந்திருந்தது.

''வேறொண்ணுமில்லையே?''

''இல்லீங்க.''

''வுட்டுருங்க. எல்லாரும் நல்ல காரியமா, சாமி காரியமா போயிட்டிருக்கும்போது எதுக்கு?''

''ஒண்ணும் திருடலியே.''

''ஒண்ணுமில்லீங்க.''

''திருட்டு நோக்கத்திலதா வந்திருக்கான். அகப்படலபோல.'' கை இறுக்கத்திலிருந்து சட்டை தளர்ந்தது. அவன் திருப்பூர் சாலையை நோக்கி விரைசலாய் ஓடுவதுபோல் நடந்தான். அவனின் ரப்பர் செருப்பு வினோதமாய் சப்தம் எழுப்பியது.

கொறங்காட்டில் அழுக்கு வண்ணான் குருவிகள் தாவிக் கொண்டிருந்தன. கிளுவை முள் வேலியில் ஓணான்கள் ஓடி ஒளிந்தன. பாம்புச் சட்டை ஒன்று பிளாஸ்டிக் பை போல் காற்றில் சிறகடித்துக் கொண்டிருந்தது. ஓடைக் கற்களின் குவியலில் பூச்சிகள் நகர்ந்தன. பொடக்காலியில் சட்டென உட்காருவது போல பைக்காரன் ஒருவன் சிறுநீர் கழிக்க குத்துக்காலிட்டு உட்கார்ந்து வேட்டியை ஒதுக்கிக் கொண்டான்.

•

வெய்யில் சட்டென்று உறைக்க ஆரம்பித்துவிட்டது. பனி விலகியதால் தென்பட்ட சூரியன் வெம்மையைச் சட்டென புகுத்துவதுபோல் பட்டது. இனி நடக்க வேண்டாம் என்று பட்டது ஜெகந்நாதனுக்கு. வெங்கிட்டாம் பாளையத்திற்கு இன்னும் மூன்று கிலோமீட்டர் என்பதை போர்டுகள் காட்டிக் கொண்டிருந்தன.

பஞ்சகச்ச வேட்டி, இடுப்பில் இருந்த பச்சைத் துண்டை எடுத்து தலையில் முக்காடு போட்டுக் கொண்டார். வியர்த்த லேசான துளிகளைத் துடைத்தார். பானமும், நீர்மோரும் சாயங்காலம்தான் கிடைக்கும். யாராவது தண்ணீர் கொடுத்தால்கூட நன்றாக இருக்கும் என்று பட்டது. டெம்போ வேணும் தென்படவில்லை.

அதில்தான் தண்ணீர் கேன் இருந்தது. ஏதோ சப்தம் கேட்டது. தப்பட்டையில்லை. ஆனால், கொம்பூதி மத்தளம் அடிப்பது போல். யாராவது செத்துப் போயிருப்பார்களோ... பார்வையில் படுகிறதாய் வீடு எதுவும் இல்லை. நாலைந்து தென்னை மரங்களுக்கிடையில் வளர்ந்த செடிகள் வலது புறத்தைப் பார்வையிலிருந்து தவிர்க்கச் செய்திருந்தது.

காவடியின் பாதையில் நீர் வார்த்து சில இடங்களில் வரவேற்பு தருவார்கள். இப்போது அதெல்லாம் இல்லாமல் போய்விட்டது. சிறு பிள்ளைகள் சங்கையும் சேகண்டியையும் ஊதி வேடிக்கை காட்டுவதும் இல்லாமல் போய்விட்டது. இப்போது சிறு பிள்ளைகள் பலூன் ஊதக் கூட சிரமப்படுகிறார்கள். தம்பிடிக்க முடியாது என்று சிரிப்புடன் சொல்வது அவருக்கு ஞாபகம் வந்தது.

அவர் அருகில் வந்தவன் தோளில் ஜோல்னா பை ஒன்றைப் போட்டிருந்தான். அது முழுக்க புழுதியோடு வெகுவாகச் சம்பந்தப்பட்டிருந்தது. கலைந்து கிடந்த தலை அவனின் அலட்சியத்தைக் காட்டியது.

‘‘அய்யா... ஒரு நிமிஷம்.’’

‘‘என்னங்க?’’

‘‘அந்த பஸ் ஸ்டாப் கல் பெஞ்சில உட்காரலாமுங்களா?’’

‘‘செரி...’’

கல் பெஞ்ச் பனியிலிருந்து விடுபட முடியாமல் இன்னும் குளிர்ந்தே இருந்தது. வலது கையால் அதன் சொரசொரப்பை உணர்ந்தவர்போல் பார்த்தார்.

‘‘உங்களை ஒரு படமா வரையணும்.’’

‘‘கலரா... சாதாரணமா?’’

‘‘கறுப்பு வெள்ளைதாங்க. கொஞ்சம் நேரம் ஒதுக்க முடியுமா?’’

‘‘வரைஞ்சு என்ன பண்ணப் போறே?’’

‘‘எனக்குப் புடுச்சவங்கள வரைவேன். பிரயோஜனமாகும்.’’

‘‘எனக்கு காப்பி குடுப்பியா ஜெராக்ஸாச்சும்?’’

‘‘குடுக்கறேங்க...’’

''செரி... அப்பிடி என்ன விசேஷமா என்கிட்ட கண்டுட்டே.''

''பூணூல் மார்லே. பஞ்சகச்ச வேட்டி காவிக் கலர்லே... அப்புறம் முக்கின மீசை, தாடி ரொம்பவும் கவர்ச்சியாய் இருந்துச்சு. உக்காந்து வரையணும்போல இருக்கே.''

''வெங்கிட்டாம் பாளையம் சுப்ரமணியர் தோட்டத்தில அரைமணி நேரம் கழிச்சு ரெஸ்ட்ல இருப்பன். வாங்க, இங்கிருந்து தெக்காலெ மூணு கிலோமீட்டர்.''

''வர்றேங்க, செல்ஃபோன்ல ஃபோட்டோ எடுத்துக்கலாமா?''

''செரி... செல்ஃபோன் ஃபோட்டோவோட செரியா?''

''இல்லீங்க. படமா வரையணும். என்ன தொழில் பண்றீங்க?''

''நெசவு.''

''கோராவா, பட்டா?''

''பம்பர்... இதெல்லாம் தெரியுமா?''

''கொஞ்சம் தெரியுங்க. நெசவு பண்ற மாதிரி படங்க எடுக்கணும். வூடு எங்கே?''

''திருப்பூர்... சேரன் நகர்லே.''

''சேரன் நகர்ன்னா...''

''பெருமாநல்லூர் ரோடு... லட்சுமி விநாயகர் கோயில்ல பூசாரின்னா தெரியும். வாங்க... வருவீங்கல்ல?''

''வெங்கிட்டாம்பாளையம் வந்துர்றான்.''

குனிந்து, ''நன்றி'' என்றான். அவர் நடக்க அவனின் கைபேசி மினுங்கி ஓய்ந்தது.

''கையும் காலுந்தானே மிச்சம். கையும் காலுந்தானே மிச்சம்.''

கைபேசியின் பாட்டைத் துண்டித்துவிட்டு மறுபடியும் கைபேசியில் பார்த்துப் படம் பிடித்தான்.

அன்னம் தண்ணியில்லாமல் படுத்துக் கிடந்தவனுக்கு 'புளித் தண்ணி' தந்த மாதிரி திடீரென உற்சாகமாக இருந்தது ஜெகந்நாதனுக்கு.

●

4

'தாமரையில் உருண்டோடும்
பனித்துளி போன்றது மனித வாழ்க்கை'
                    - தினசரி காலண்டர் வாசகம்

(சூலம்: தெற்கு / பரிகாரம்: தைலம் /
பிரதோஷம், இராகு காலம் 1 முதல் 3 வரை)

வெங்கிட்டாம்பாளையம் சுப்ரமணியர் தோட்டம் பச்சையாய்
விரிந்து கிடந்தது. வெள்ளைச் செடிகளாய் கொக்குகள் மேய்ந்து
கொண்டிருந்தன. சிறு பறவைகளின் கூச்சல் தென்னை மரக்
காய்களையும் எட்டியிருந்தது. தோப்பின் விரிந்த பச்சை
தளத்திற்குப் பலர் விரைந்தனர். நடந்து களைத்ததை சரி செய்ய
உடனே கால்கள் கெஞ்சின. உடம்பை எங்காவது கிடத்த
வேண்டும் என்பதுபோல் விரைந்தார்கள்.

''தென்னை மரத்து ஓரத்தில படுக்காதீங்க.''

ராவணன் தென்னை மர நீட்சியில் இருந்த குலைகளைப்
பார்த்தபடி கேட்டான்.

''ஒண்ணுமில்ல... காய்க காத்துல அசஞ்சு எங்க வுழுகுதுன்னு
தெரியாது. ஜாக்கிரதையா இருக்கணும்.''

பிளாஸ்டிக் சாக்குகள், அம்மாவின் பிளக்ஸ் போர்டு ஷீட்டுகள் பெரும்பாலும் படுக்கைகளாய் தென்னை மர உச்சிக்கு அந்தப்புறம் வெய்யில் தகதகத்துக் கொண்டிருக்க விரிந்தன. உடம்புகளைக் கிடத்திக் கொண்டார்கள்.

கோகுல் சமையல் பாத்திரங்களுடன் மன்றாடுபவர்போல இருந்தான். சமையலுக்கு முன் ஒரு தூக்கம், சமையலுக்குப் பின் ஒரு தூக்கம் என்பதுபோல் விரைந்தனர். சட்டென எல்லோரும் தூக்கத்தில் அமிழ்ந்து விட்டதுபோல் கிடந்தனர். பூசாரி ஜெகந்நாதனும் வீட்டு வாசல் படியருகே உட்கார்ந்து கண் அயர்ந்தார்.

காவடி அவரின் தோளில் அசைந்தாடிக் கொண்டிருந்தது.

    ''இடும்பா... கயிலைக்குப் போய் முருகனுக்காக
    கந்த மலையிலுள்ள சிவகிரி, சக்திகிரி
    சிகரங்களைக் கொண்டு வா.''

இரு மலைகளும் காவடியின் இரு புறமாகத் தொங்க இடும்பன் கம்பீரமாக நடந்தான். சட்டென இடும்பனுக்கு வழி தெரியாமல் போய்விட்டது. முருகன் குதிரை மேல் செல்லும் அரசனைப்போல் தோன்றி இடும்பனை ஆவினன்குடிக்கு அழைத்து வந்து ஓய்வெடுக்கச் செய்தார். இடும்பன் காவடியை இறக்கி வைத்து விட்டுப் புறப்படும்போது தூக்க முடியவில்லை. சிவகிரியின் மேல் ஒரு சிறுவன் கோவணாண்டியாய் கையில் தண்டுடன் நின்று கொண்டிருந்தான்.

''சிறுவா... மலையிலிருந்து கீழே இறங்கு.''

''தனக்கே சொந்தம் இம்மலை.''

இடும்பன் சிறுவன்தானே என்று தாக்க சிறுவனும் தாக்க இடும்பன் கீழே சரிந்தான்.

அகஸ்தியரும், இடும்பனின் மனைவியும் வந்து வேண்டிக் கொண்டபோது அருளாசி தந்து இடும்பனைக் காவல் தெய்வமாகக் கொண்டார்.

''காவடியேந்தி சந்தனம், பால், மலர், அபிஷேகப் பொருட் களால் சந்நிதிக்கு வருபவர்களுக்கு அருள் தருவேன்.''

''முருகா... பழனியாண்டவா...'' என்று அரற்றியபடி

கண்களைத் திறந்தார். ஜெகந்நாதன் முகம் பரவசத்தில் திளைத்தது.

''முருகா... உனக்கு இந்த சாதாரண தீர்த்தக் காவடியைதான் கொண்டுவர முடிஞ்சுது. இளநீர் காவடி, சேவல் காவடி, பால் காவடி, நவதானியக் காவடின்னு கொண்டார ஆசைதான். கொண்டாருவேன்... இது மொதல்லெ... இதுக்கு முந்தி யெல்லாம் வெறும் தீர்த்த கலசத்தோடதா வருவேன். இந்த வருஷம் தீர்த்த காவடியோட வந்திருக்கறன். எல்லாம் உன் ஆசீர்வாதம்.''

''அரோகரா அரோகரா...வெற்றிவேல் முருகனுக்கு அரோகரா அரோகரா... ஞான தண்டாயுதபாணிக்கு அரோகரா அரோகரா... சண்முக நதியில குளிச்சு இந்தத் தீர்த்தத்தை புனிதமா உனக்கு காணிக்கையாக்குகிறோம். அறியாமை அகற்றி அருள் தா முருகா.''

தண்டபாணி அவர் அருகில் வந்து உட்கார்ந்தான்.

''குளிச்சிட்டு வந்து தாத்தா கூட உட்கார்ந்துக்கடா.''

''வர்ரம்மா... தாத்தாகிட்ட ஏதாச்சும் கதை கேட்டுட்டு வர்ரன்.''

''செரி, ஒரு கதை கேட்டப்பறம் அம்மாகிட்ட போயிரணும்.''

''சொல்லு தாத்தா.''

''ஒரு ஞானப் பழம் கெடச்சது. விநாயகனுக்கும், முருகனுக்கும். ஒண்ணுதா. உலகத்தைச் சுத்தி வர்றவங்களுக்கு இதுன்னார் சிவன். விநாயகர் அப்பா, அம்மாவே உலகம்ன்னு சுத்தி வந்து பழம் வாங்கினார். முருகன் மயிலேறி உலகத்தைச் சுத்தி வந்தா விநாயகர் கையில பழம். கோவிச்சுட்டு வந்து உட்கார்ந்த இடம் இது. முருகா நீயே ஞானப் பழம். உனக்கெதுக்கு பழம். பழம் நீன்னாங்க. அதுதா பழம் நீ. பழனி ஆயிருச்சு...''

''இது தெரிஞ்ச கதைதான் தாத்தா.''

''பழம்நீ பழனி அல்லது பழங்கள் உள்ள ஊர். வயல்கள் உள்ள ஊர் பழனி.''

''அது கெடக்கட்டும். புதுசா ஏதாச்சும் சொல் தாத்தா...''

''செரி... நாம பாக்கற சாமி முருகன் சிலையைப் பத்தி
சொல்லட்டுமா. போகர்ன்னு ஒரு சாமியார். நவ பாஷாணத்தை
வெச்சுட்டு ஒரு சிலை செஞ்சார். ஒன்பது விஷப் பொருட்கள்.
மீன் செதில் மாதிரி செதில் செதிலா இருக்கும். அந்தச் செதில்
நல்ல மருந்து.''

''இதெல்லா எதுக்கு தாத்தா?''

''ஒரு மனுஷன் முழுமையா மாறதுக்கு...''

''மனுஷன்தானே.''

''பழனி தண்டாயுதபாணி ஞானத்தின் அடையாளம்.''

''என் பேரும் அதுதானே.''

''அதுதான்.''

''கம்பளிப் பூச்சி, வண்ணத்துப் பூச்சியாகும். கார்யா, கிரியா,
யோகான்னு ஒவ்வொரு நிலையைக் கடந்த ஞானத்தை மனுஷன்
எட்டணும். அதுதா பெரியவனாகி நீ இதெல்லாம் கத்துக்குவே.''

''தாத்தா ஞானப் பழம்கறே... நேத்திலிருந்து சாப்பாடு பத்திய
சாப்பாடு மாதிரி இருக்கு. வடை, பாயசம்ன்னு எப்போ
கெடைக்கும்?''

''மலைக்குப் போயி தரிசனம் முடிஞ்சப்புறம்தா.''

''தரிசனம்ன்னா...''

''முருகன் ரூபம்.''

''ரூபம்ன்னா...''

''கோவணாண்டியா... வெறும் கோவணத்தெ கட்டிட்டு நிப்பார்.
அப்புறம் ராஜ ரூபம்... ராஜாவா...''

''எங்க க்ளாஸ்ல வையாபுரின்னு ஒருத்தன் இருக்கான்.
வையாபுரிங்கறது முருகன்னு அவன் சொன்னான். உண்மையா?''

''உண்மைதா.''

''நீ எந்த ரூபத்தில முருகனப் பாப்பே?''

''ராஜாவா.''

''எப்பிடிப் போவே?''

''எப்பிடின்னா?''

''697 படிக உண்டு. யானை போற பாதை. இழுவை ரயில் அப்பறம், ரோப் கார்.''

''நான் யானை போற பாதையில போவேன்.''

''யானை வந்துட்டா?''

''ஓடியாந்திருவேன்.''

''யானை பாதையில ஆரம்பத்தில கருப்பசாமி கோயில் இருக்கும். அது வரைக்கும் போயிட்டு அப்புறம் படியேறி கூட போலாம்.''

''செரி... ராஜாவா எப்ப காட்சில இருப்பார்?''

''காலையில முருகன் ஆண்டி கோலத்தில இருப்பார். சாயங்காலம் ராஜாவா இருப்பார்.''

''நாம ராஜாவைப் பார்ப்போம்.''

''இப்போ கோவணாண்டியாய் போயி குளிச்சிட்டு வந்திரு. பூஜை பண்ணிட்டு சாப்புடலாம்.''

''கோவணம் இருக்கா தாத்தா.''

''இப்பத்த ஜட்டிதா அந்தக் காலத்து கோமணம்.''

●

9

"என்ன பூசாரி கெளம்பிட்டீங்கபோல.''

''ஆமாங்க... நல்லபடியா தோட்டத்துச் சாளையே குடுத்து செரியா கெவனிச்சிட்டீங்க... முருகன் அருள் என்னைக்கும் இருக்கும்.''

''அவ்வளவுதானா?''

''நீங்க இப்படி கேக்கறது சங்கடமா இருக்குங்க.''

''நெலமை செரியில்ல... அதுதா...''

''அய்யோ அப்பிடியா... நெலமையை விளங்கிக்க முடியாமப் போச்சே.''

''சாயப் பட்டறை ஸ்ட்ரைக்குன்னு இந்தப் பக்கம் டெம்ப்ரவரியா சாயப் பட்டறை கொண்டாந்து போட்டு சாயத்தை நிலத்திலெ வுட்டதுனாலே... இந்த நெலம் கொஞ்சம் கெட்டுப் போச்சு. நெலத்துக்கு தண்ணி எடுத்து வுட்டா ரெண்டு அடி வந்து கருகுதுங்க. தண்ணியில உப்பு அதிகமாயிருச்சு...''

''அய்யோ... அப்பிடியா?''

''உங்கூர்க்காரங்க நிலத்தை நாஸ்தி பண்ணி கையேந்த வெச்சுட்டாங்க. நிலமெல்லா பாழாப் போயிட்டிருக்கு...''

மதியம் குளிக்கறதுக்காக எல்லோரும் ஆயத்தமாகி இருந்தார்கள். ''மோட்டார போட்டு வுட்டா எல்லாரும் குளிக்க சவுகரியமா இருக்கும்.''

''கெணத்து தண்ணியில உப்பு அதிகமாயிருச்சு.''

''அதனால குளிக்க வேண்டா, வெடிய காலையில் குளிச்சிட்டுதானே வந்திருப்பீங்க. மொகம் கால் கழுவ தண்ணி தொட்டியில வாங்கி வுட்டிருக்கேன். பொழங்குங்க.''

''அப்ப குளியல் இல்லையா?''

''வேணாங்க.''

''போன வருஷமெல்லா மோட்டார் போட்டு தண்ணியெ எடுத்துட்டா அருவி மாதிரி கொட்டும். சந்தோஷமா இருந்தோம்.''

''நெலமை கெட்டுப் போச்சு.''

அரளிப் பூக்கள் மாலை புதிதாய் இட்டு காவடியும் தீர்த்தக் கலசங்களும் பூஜைக்குத் தயாராக இருந்தன. கத்திகள் துருப்பிடித்த நிறத்தில் மினுங்கின.

''அரோகரா... அரோகரா... பழனியாண்டவனுக்கு அரோகரா.''

கற்பூர தீபத்துடன் தீபாராதனைத் தட்டு உயர்ந்து எல்லோர் பக்கமும் சென்றது. எல்லோரும் தீப வெம்மையை உணர்ந்து கண்களில் ஒத்திக் கொண்டார்கள். திருநீற்றை ஜெகந்நாதன் தர நெற்றியில் இட்டுக் கொண்டார்கள்.

> ''கருணாமூர்த்தியே அழகு தெய்வமே
> ஆவினன்குடி தெய்வமே சிந்தனைக்கு இனியவனே
> வேத வித்தகரே... பழனியாண்டவா
> உன் அருளால் உலக உயிர்கள்
> இன்புற்று வாழ வேண்டும்''

சுப்ரமணியம் வீட்டிலிருந்து யாரோ பாடினார்கள். உறவாக இருக்க வேண்டும். ''மருமக... ஊர்ல இருந்து வந்திருக்காங்க... பாடட்டும்.''

''பாடறவங்கெல்லா பாடுங்க. சினிமா பாட்டு பாடக் கூடாது.''

''மருத மலை மாமணியே முருகய்யா... தேவரின் குலம் காக்கும் வேலய்யா...''

''சினிமா பாட்டு வேண்டாம் பாலா.''

''குமரிக் கோட்டப் பெருமாளே மரகத மயில் வாகனனே.''

''சினிமா பாட்டு வேண்டான்னு சொன்னதும் பாட்டு வர்ல பாரேன். செரி கத்தி போடறவங்க போடுங்க.''

தண்டபாணி ஒற்றைக் கத்தியை எடுத்துக் கொண்டான்.

''பெரியவங்க மொதல்ல போடட்டும். நீ அப்புறம்.''

''செரி... அப்பனே.''

முனிரத்னம் இரட்டைக் கத்திகளை எடுத்துக் கொண்டார். கைப்பிடிகள் அவரின் கை இளகி நின்றன.

''அம்மா தீஸ்கோ, தாயி தீஸ்கோ...''

கத்திகள் அவரின் மார்புக்கு அருகில் வந்து மீண்டன. பலரின் பார்வை கத்திகளின் மீதே பதிந்திருந்தன. துருப் பிடித்து நிறமிழந்து காணப்பட்டன அவை.

''அம்மா. எல்லாருனென காப்பாத்த பழனி குடியெ கூங்கிண்டுவோவு...''

''சவுண்டி அம்மனுக்கு போடறே கத்தியை...''

''அதனாலென்ன முருகன் சவுண்டம்மன் மகன்தான்.''

பூசாரி கைகளில் ஒற்றைக் கத்தியைப் பிடித்துக்கொண்டு, ''அம்மனே... தெய்வமே'' என்றார். இருமல் அவரின் இரண்டாம் வரியைத் தடுத்தது. யாரோ தண்ணீர் டம்ளரை நீட்டினார்கள்.

''சவுண்டியம்மனுக்கு போடற தீஸ்கோ கத்தி இங்க முருகனுக்கு எங்க வந்தது...'' ராவணன் நாராயணனிடம் குசுகுசுத்தான். இருவரும் நன்கு தூங்கி எழுந்த உற்சாகத்தில் முகம் உப்பலாக இருந்தனர் புதுப் பொலிவுடன்.

''அதுதா பூசாரி சொல்லிட்டாரே, முருகன் சவுண்டியம்மன் மகன்னு... இது...''

''இது என்ன புதுக் கதை?''

''ஒண்ணுக்குள்ள ஒண்ணுன்னு எல்லா சாமியும் ஒண்ணுங்கற தத்துவத்துக்கு வர்றாங்கபோல...''

''உள்ளூர் சாமியை அதுக்காக வுட்டுக் குடுக்க முடியுமா?''

''சவுண்டியம்மனுக்கு பண்றதை முருகனுக்கு பண்றாங்க.''

''பண்ணட்டும்.''

வாழை இலை போட்டு பத்து நிமிடத்திற்கு மேலாகிவிட்டது. இலையின் முன் உட்கார்ந்திருப்பவர்களுக்கு தீபத் தட்டு காண்பிக்கப்பட்டது. பூசாரி திருநீறை எடுத்து ஒவ்வொருவரின் நெற்றியிலும் பூசினார். நெற்றிகள் சுண்ணாம்பு அடிக்கப்பட்ட சுவர்கள்போல் ஆயின. அருகருகில் உட்கார்ந்திருந்த ராவணனும், நாராயணனும் ஒருவரையொருவர் பார்த்துக்கொண்டு முகத்தை இறுக்கமாக்கிக் கொண்டார்கள். பூசாரி இருவர் நெற்றிகளிலும் திருநீறு இட்டார்.

''நீங்க ரெண்டு பேரும் நாளைக்கு தீர்த்த கலசம் கொண்டு போறதுன்னா போலாம். புதுசா இருக்கீங்க... முருகன் அருள் கிட்டட்டும்.''

நெய், இனிப்பு, பருப்பு என ஒவ்வொன்றாகத் துளித் துளியாய் இலையில் நிதானமாய் விழுந்தன. தோட்டத்துக்காரர் சுப்பிரமணியனும் கடைசி இலையில் உட்கார்ந்தார்.

●

''உங்ககிட்ட கேக்க சங்கடமாத்தா இருக்கு. தைப்பூச டைம்ல சாளைக்கு வந்து போறவங்ககிட்ட வசூல் பண்றது சங்கடம்தா...''

''தெரியாமெப் போச்சுங்க. பண்ணிற்றம். தண்ணி மறுபடியுமில்ல தேவாமிர்தமா எல்லாருக்கும் அன்னமாகணும்.''

நாராயணன் வண்டியைக் கிளப்பிக்கொண்டு தோட்டத்தை விட்டு பிரதான சாலைக்கு வந்தான். இப்போது தீர்த்தக் கலசங்கள் புதிதாய் நான்கு பேர் தலைகளில் ஏறி இருந்தன. காவடி ஜெகந்நாதனின் தோளில் ஆடியபடி சென்று கொண்டிருந்தது.

நாராயணன் எதிர்த் திசையில் வந்து கொண்டிருந்த பக்தர்களைக் கவனித்தான். நிதானமாய் கால்களுக்கு ஏதோ சிரமம் வந்து விட்டதைப்போல கால் நொண்டியபடி வந்தனர். பலரின் தோளில் பைகள் தொங்கின.

''நாங்குடுத்த நூறு ரூபாய்க்கு பை ஏதாச்சும் தருவீங்களா?''

''பத்தாது. பிரசாதம் உண்டு. பைன்னா இன்னும் செலவாகும் அதுதா...'' என்று ஜெகந்நாதன் சொல்லியிருந்தது ஞாபகம் வந்தது. வண்டியை வேப்ப மரத்தடியொன்றின் கீழ் நிறுத்தினான்.

இரண்டு நாட்கள் கழிந்துவிட்டன. இனி, மீதி மூன்று நாட்களும் இப்படியேதான் கழியும். அதுவும் பழனியில் கூடும் கும்பலும், நெரிசலும் நினைக்க பயத்தைத் தந்தது. ஊருக்குத் திரும்பி விடலாமா... அவசர வேலை, வீட்டில் அழைக்கிறார்கள் என்று சொல்லிவிடலாம். இப்போது தொலைபேசியில் விஷயம் சொல்லலாம். இடையில் போவது தெய்வ குத்தம் என்பார்களா? தன் சுயரூபம், தான் யார் என்பது தெரிந்து கொள்வதற்கு முன் கிளம்பிவிடுவதுகூட நல்லதுதான். இப்போது செல்ல வேண்டாம். இன்னும் கொஞ்சம் நேரம் கழித்து தொலைபேசியில் முனிரத்னத்திடம் சொல்லிவிடலாம்.

இரவில் தாராபுரம் சாலை ரைஸ் மில் தோட்டத்தில் தங்குவார்கள். விடியற்காலை மூன்று மணிக்கு எழுந்து நடை, மறுபடியும் முப்பது நாற்பது கி.மீ. தள்ளி இன்னொரு இடத்தில் ஓய்வு, குளியல், சாப்பாடு, நடை. இதிலிருந்து எதுவும் வேறுபடப் போவதில்லை. ராவணனிடம் சொன்னால் அவனும் கிளம்பி வந்து விடுவான். ராவணன் அவனே அவனது முடிவை எடுக்கட்டும். என் முடிவு இது. இரண்டு நாள் அனுபவம் போதும். ஊருக்குத் திரும்பிவிடலாம். பக்தனாய் இல்லாமல் இவர்களுடன் இருக்கிற நெருடல் குறையட்டும்.

நாராயணனின் வண்டி லட்சுமி விநாயகர் பாத யாத்திரைக் குழுவினரின் நடை பாதைக்கு எதிரான திசையில் வேகமெடுத்தது.

●

10

இருள் எங்கும் கவிழ்ந்து பனியையும் துணைக்குக் கூட்டி வந்திருந்தது. எல்லோரின் பார்வையும் அடுப்பின் மீது இருந்தது. காஸ் சிலிண்டரிலிருந்து கிளம்பிய ஜ்வாலை சுற்றிலும் உட்கார்ந்திருந்தவர்களை அடையாளம் காட்டிக் கொண்டிருந்தது. சாணி போட்டு மெழுகின இடத்தில் காவடியும், தீர்த்தக் கலசங்களும் ஒழுங்கமைப்பில் இருந்தன.

''இன்னிக்கு என்ன பஜனையா?''

''ஜால்ரா, ஆர்மோனியம் ஒண்ணுமில்ல.''

''ஒண்ணுமில்லாமியே சூரியப்பன் நாலு கட்டைக் குரலிலே பாடுவார்.''

''வேண்டா... நான் கொஞ்சம் ரெஸ்ட் எடுக்கறேன்.''

''செரி... பாட்டு மன்றம் அல்லது பட்டி மன்றம்.''

''பாட்டு மன்றத்தில் முருகனைப் பத்திதா பாடணும். இல்லீன்னா சாமி பாட்டு.''

''ஆமா... சினிமா டூயட்டெல்லா வராது. ஆனா கடவுளப் பத்திய சினிமா பாட்டுன்னா பாடலாம்.''

''எதுக்கு சினிமாப் பாட்டு?''

''சாமி பத்திதானே பூசாரியப்பா.''

''செரி... எப்பிடியும் சினிமா பாட்டு பத்திதா பேசப் போறீங்க. அதுக்கு முன்னாலே கேள்வி பதில்.''

''அது என்ன... க்யுஸ்ஸா?''

''கேள்வி பதில் தெரிஞ்சவங்க பதில் சொல்லலாம். நிறைய கேள்விக்கோ, நிறைய விஷயங்களையோ, சொல்றவங்களுக்கு நாளைக்கு தீர்த்த கலசம் கொண்டுபோற பாக்கியத்துக்கு முன்னுரிமை தரப்படும்.''

''செரி, கேளுங்கள் பூசாரியப்பா.''

''தைப் பூசத்துக்குத்தா இந்த பாத யாத்திரை வர்றோம். அதைப் பத்தி கொஞ்சம் கேள்விகள்.''

''தைப்பூசம் அன்னிக்கு வடலூர்லே என்ன விசேஷம்?''

''வடலூர்லே ராமலிங்க அடிகள் தை மாசத்தில் கடவுளோட கலந்ததை தைப் பூசத்தன்னிக்கு விழாவா கொண்டாடுவாங்க.''

''எப்ப கலந்தார்?''

''தெரியலே.''

''புனர் பூச நட்சத்திர திருநாள்லே...''

''தைப்பூசம் முருகனுக்கு உகந்தது.''

''செரி, மதுபாலா அம்மிணி, உனக்குத் தெரிஞ்ச காவடிக பத்தி சொல்லு.''

''பால் காவடி, பன்னீர் காவடி, புஷ்பக் காவடி, சேவற் காவடி, மஞ்சக் காவடி, தீர்த்தக் காவடி...''

''செரிதா... சூரியன் எந்த ராசியில் அதிகம் சஞ்சரிக்கிறார்?''

''மகர ராசி... தைப்பூச நாள்ல சந்திரன் கடக ராசியில சொந்த வீட்டில் ஆட்சி பண்றார். சூரிய பார்வை சந்திரன் மீது வுழும் உன்னத நிலை இது...''

''நல்லது... முனிரத்னம் நம்ம குழுவுக்கு மேனேஜர் மட்டுமல்லன்னு நிரூபிக்கிறார். எவ்வளவு விளக்கமாக சொல்லிட்டார். செரி முருகனுக்கு உகந்த விரதங்கள் என்னென்ன?''

"கார்த்திகை விரதம், சஷ்டி விரதம்..."

"இன்னம் ரெண்டு இருக்கு..."

"சுக்ரவாத விரதம், விசாகவிரதம், தைப்பூச விரதம்."

"தைப்பூச விரதம்ன்னா?"

"மார்கழி மொதல் நாள் முருகனுக்கு மாலை போட்டு பாத யாத்திரையை தைப்பூசத்தன்னிக்கு முடிக்கணும்."

"ஆமா... அதுதா நம்ம பாத யாத்திரையோட விசேஷம் கூட. செரி, கேள்வி பதில் போதும். இனி உங்க பட்டிமன்றம்."

"இல்லையில்லை... பாட்டு மன்றம்."

"செரி ஏதோ ஒண்ணு."

"ஓம் சண்முக தாயே நமோ நம, ஓம் ஷட்க்ரீவ பதயே நமோ நம."

"இதிலெங்க. திடீர்ன்னு சமஸ்கிருதம் வந்துச்சு. தமிழ்லெ ஏதாச்சும் சொல்லுங்க."

"இது குமாரஸ்தவம். செரி தமிழ் பாட்டுக்கு வாங்க."

"நல்லேறு சிலைப்பச் சேணின்று
இழுமென இழிதரும் அருவிப்
பழமுதிர்சோலை மலைகிழவோனே."

"இது எந்த சினிமாப் படங்க?"

"திருமுருகாற்றுப் படை."

"அப்பிடியொரு சினிமாவா?"

"இன்னம் சினிமாவுக்கே வர்லை..."

"துதிப்போர்க்கு வல்வினைபோம், துன்பம் போம்... நெஞ்சில் பதிப்போர்க்கு செல்வம் பலித்து..."

"இது கந்தர் சஷ்டி கவசம்..."

"சினிமா பாட்டுக்கு வாங்கப்பா..."

"மயில் நடமிடுவோய் மலரடி சரணம்
சரணம் சரணம் சரவண பவ ஓம்
சரணம் சரணம் சண்முகா சரணம்."

''சரணம் பாடி முடிச்சிட்டீங்கபோல...''

''மருதமலையானே நாங்கள் வணங்கும் பெருமானே
பிள்ளை முகம் பாரு முருகா
பிறவி பிணி தீரு.''

''பழனி மலைக்கு வாங்கப்பா... நடுவுல போயி மருதமலைக்குப்
போயாச்சு...''

''திருப்புகழ் பாடி திருவடிதேடி
தெண்டனிட்டோம் எங்கள் தென்னவனே.''

''என்ன கண்ணதாசன் பாட்டுதானே.''

''இல்லை மருதகாசியா?''

''உப்புமாவும் சட்னியும் ரெடி. பாட்டு மன்றம் அப்புறம்
வெச்சுக்கலாமே?''

இந்தப் பாட்டு மன்றம் இப்படிதான் இருக்கும் என்று முன்பே
யூகித்திருந்தான் ராவணன். ஒதுங்கி விட்டான். மொபைலில்
இன்டர்நெட் சுலபமாகக் கிடைத்தது. முகநூலில் போய்
மேய்ந்து கொண்டிருந்தான். நாராயணன் முகநூலில்
யாத்திரையைப் பற்றி ஏதாவது போட்டிருப்பான் என்று
நினைத்தான். ஜாக்கிரதையாகத் தவிர்த்துவிட்டது தெரிந்தது.
வீட்டிற்குப் போய் தொலைபேசினான்.

''நீயும் கூட வந்துட்டா திட்டம் போட்டது மாதிரி ஆயிரும்.
உனக்கு எப்ப தோணுதோ அப்ப வா...''

''பழனி வரைக்கும் போக மாட்டன்.''

''ஏன் மொட்டை போட்டிருவாங்கன்னு பயமா?''

''அதெல்லா முடியாது.''

''நெத்தியில திருநீறு பூசினப்போ சும்மாதானே இருந்தே.''

''ஆமா... வெட்கமா இருந்துச்சு. நானும் கிளம்பிர்றன்.''

முகநூலில் கனவு முகவரியில் திரைப்படக் கட்டுரையொன்றைப்
படிக்க ஆரம்பித்தான்.

'ஏய்... டாக்ஸி

ஈரான் திரைப்பட இயக்குநர் ஜபர் பனாஹி கடந்த 6 ஆண்டுகளாக வீட்டுச் சிறையில் இருப்பவர். 20 ஆண்டுகளுக்கு படத் தயாரிப்பிற்குத் தடை பெற்றவர். அரசாங்க துரோகச் செயல்களாக அவரின் திரைப்படங்கள் அமைந்ததாக அரசின் குற்றச்சாட்டு அவர் மீது உள்ளது. 2010 வரை அவர் கைதாவதும் விடுதலையாவதும் சகஜமாக நடந்தன. வீட்டுச் சிறைக் காலத்திலேயே இதற்கு முன் இரண்டு படங்களை வீட்டுக்குள் இருந்துகொண்டே எடுத்திருப் பவர். வீட்டுக் காவலில் எடுத்த 'திஸ் ஈஸ் நாட் எ ஃபிலிம்' ஒரு திரைக் கதையை இவர் சொல்ல அதைப் பதிவு செய்து பிறந்த தின கேக் ஒன்றில் மறைத்து வைக்கப்பட்டு வெளியே சென்றது. இந்த மூன்றாம் படத்தில் ஒரு டாக்ஸி டிரைவராக நடித்து ஒரு படத்தை இயக்கியிருக்கிறார். அதுவே 'டாக்ஸி' திரைப்படம். ஈரான் நாட்டின் தலைநகரான டெஹ்ரானின் சாலைகளில் தவழ்ந்து செல்கிற மஞ்சள் நிற வாடகை காரில் அவர் வண்டியை ஓட்டுகிறார். இயக்குநரான ஜபர் பனாஹியே அந்த வண்டியோட்டி.

அந்த வண்டியில் பலர் வந்து போகிறார்கள். கண்ணாடிக் குடுவையில் ஒரு மீனை வைத்தபடியே அதை ஒரு குளத்தில் கொண்டுபோய் விடுகிற சடங்கில் இரு பெண்கள். தடுமாற்றத்தில் கண்ணாடிக் குடுவை உடைந்து போக ஜபர் பனாஹி சங்கடப்படுகிறார். மீன் உயிர் பிழைக்க பதறுகிறார். காயம்பட்டவன் ஒருவனை வண்டியில் ஏற்றிச் செல்கிறார். அடிபட்டவனின் வார்த்தைகள் உயிலாய், கடைசி நேர கைபேசி வாக்குமூலமாய் பயன்படுமா என்பதில் அடிபட்டவனின் மனைவி கவனமாக இருக்கிறாள். சாதாரண பத்திரிகையாளன் ஒருவன் எல்லாம் சமரச மயமானதாகக் காண்பது பார்வையாளர்களுக்கும் எரிச்சல் தரக் கூடியதுதான். மனித உரிமைகளுக்காகப் போராடியதால் வழக்கறிஞர் தொழில் அனுமதி நிராகரிக்கப்பட்ட ஒரு பெண் சிறையில் இருக்கும் அரசியல் கைதி ஒருவரைப் பார்க்க வண்டியில் செல்கையில் மனித உரிமை மீறல் சார்ந்த பல விஷயங்களின் அலசல் ('சீனாவுக்கு அடுத்தபடியாக ஈரானில்தான் தூக்குத் தண்டனை அதிகம். அதன் கரணமாக இங்கு குற்றங்கள் குறைந்துவிட்டனவா?' என்ற கேள்வி எழுப்பப்படுகிறது. மூன்று ஆண்டுகளுக்கு முன் ஈரானின் பெண் வழக்கறிஞர் நஸ்ரின் இதுபோல் சிரமப்படுத்தப்பட்டார். அவரே வழக்கறிஞர் பாத்திரத்தில் இதில் வருகிறார்). வீடியோ

குறுந்தகடுகளை விற்கும் ஒருவன் திரைப்பட உலகின் போட்டி, வியாபாரப் படங்கள், ஜபர் பனாஹியின் படங்கள் பற்றியெல்லாம் பேசி பொழுதைக் கழிக்கிறான்.

பள்ளி மாணவி (அவரின் சகோதரி மகள் ஹனா சைதி) படம் எடுக்கிற பணி சம்பந்தமான வேலையில் டாக்ஸியில் நடப்பதைப் படம் பிடிக்கிறாள். ஒரு குறும்படம், திரைப்படம் பற்றி பள்ளி வளாகக் கருத்துகளினால் அவர்களின் உரையாடல் அமைகிறது. மீன் குடுவை கொண்டுவந்த பெண் கைப்பையை மணி பர்ஸை மறந்து போக, அதைத் தர ஜபர் பனாஹி அந்தக் குளத்தைத் தேடிச் சென்று பார்க்கிற வேளையில் அவர் படம் பிடித்தவற்றைக் கைப்பற்ற இருவர் இரட்டைச் சக்கர வாகனத்தில் வந்து முயற்சிப்பதும் தெரிகிறது. ''நாங்கள் திரும்பி வருவோம்'' என்று அந்த இரட்டைச் சக்கர வாகனத்தில் வந்தவர்கள் எச்சரிக்கிறார்கள். ''நானும் மீண்டும் மீண்டும் திரும்பி வருவேன்'' என்றே இயங்கிக் கொண்டே இருக்கிறார் பனாஹி.

வீட்டுச் சிறை போலவே காரும் ஒரு சிறையே. குறிக்கோளற்ற பயணத்தை ஒரு வகையில் குறிப்பதாகும். தனிமையின் இன்னொரு வடிவமாகவும் அமைந்துவிடுகிறது. டாக்ஸியின் டாஷ் போர்டில் கேமராக்களை மறைத்து வைத்துப் படம் எடுத்திருக்கிறார் பனாஹி.

பயண அனுபவங்களும் பயணிகளின் அந்த உரையாடல்களும் நவீன டெஹ்ரானின், மொத்தமான ஈரானின் சித்திரங்களாக விரிகின்றன. ''அந்தப் படங்கள் முன்பே எடுக்கப்பட்டவைதான். அந்தப் புத்தகங்கள் முன்பே எழுதப்பட்டவைதான். நீங்கள் வேறெங்கும் அவற்றைக் கண்டிருக்கக் கூடும்'' என்கிறார் ஜபர் பனாஹி.

'இது திரைப்படமல்ல' (This is not a Film), 'மூடப்பட்ட திரைச்சீலை' (Closed Curtain) ஆகிய அவரின் முந்தைய இரண்டு படங்களுக்காக 20 ஆண்டுகள் திரைப்படம் இயக்கவும் உருவாக்கவும் நாட்டை விட்டு வெளியேறவும் தடை விதிக்கப்பட்டவர், தடைக்குள்ளாகவே இயங்குபவர்.

''இது போன்ற தனிமைப்படுத்தல்தான் திரைப்படங்களை இன்னும் முனைப்புடன் உருவாக்கும் தூண்டுதலை எனக்குத் தருகிறது'' என்கிறார் ஜபர் பனாஹி. எங்கு துரத்தப்பட்டாலும் கலைஞன் படமெடுப்பான், எழுதுவான், வரைவான், எல்லாம் நிஜ

வாழ்க்கையின் தரிசனத்தை, எதிர்ப்புக் குரலைக் காட்டிக்கொண்டே இருக்கும் என்பதன் அத்தாட்சி இந்த 'டாக்ஸி' படம். எத்தனையோ சிறைச் சாலையின் மலம் துடைக்கும் தாள்கள் உலக இலக்கியக் காவியங்களை உருவாக்கியிருப்பதைப் போல்தான் ஜபர் பனாஹியின் இந்த மூன்று படங்களும் சிறை வாழ்க்கை போன்ற நிலையில் வெளிப்பட்டவை. 'இது திரைப்படமல்ல' (This is not a Film), 'மூடப்பட்ட திரைச்சீலை' (Closed Curtain) ஆகிய முந்தைய படங்களின் தலைப்புகளே அவரின் எல்லா வகை நடவடிக்கைகளின் குறியீடாக அமைந்துள்ளன.'

கண்கள் எரிவதுபோல் இருந்தது. முகநூலை மூடினான்.

●

11

'தர்மம் செய்வதை ஓர் அழகான
பொழுதுபோக்காக்கிக் கொள்.'

- தினசரி காலண்டர் வாசகம்

(சூலம்: வடக்கு / பரிகாரம்: பால் /
இராகு 12 முதல் 1.30 வரை,
சந்திராஷ்டமம், சுவாதி, விசாகம்.)

குளிர் இரவுகளில் சீக்கிரம் ஊர் அடங்கிவிடுவதாகத் தோன்றியது முனிரத்னத்திற்கு. அதேபோல் குளிர் காலையில் ஊர் எழுவதற்குக் கொஞ்சம் தாமதமாகிவிடுவதை சமீபத்தில் உணர்ந்தே இருந்தார் அவர். சாதாரணமாய் மூட்டு வலி அவருக்கு இருக்கும். இப்போது இந்த நடையில் அது சிரமத்தைத் தந்துவிடும் என்பதில் ஜாக்கிரதையாக இருந்தார். பத்து நிமிடம் காவடியுடன் நடந்துவிட்டு வண்டி ஏறிவிடுவார்.

''என்ன மேனேஜர்... வண்டி ஏறிட்டீங்க. முன் சீட்டு எப்பவும் ரிசர்வ் பண்ணிட்டீங்கபோல?''

''கால் வலி, அதுதா... அதென்ன மேனேஜர் வார்த்தை.''

''கம்பனியில நாலஞ்சு பேர் இருந்தாலே ஒருத்தர் சூப்பர்வைசர் ஆயிற்றார். நாம அம்பது பேர் இருக்கம். இதுக்கு தலைவர்ன்னு

மேனேஜர்ன்னு கூப்பிடக் கூடாதா? எது எடுத்தாலும் உங்களை தான் கேக்கச் சொல்றாங்க.''

''செரிங்க... முருகனுக்கு பண்ற சேவை.''

சுண்ணாம்புச் சுவர்களை இரண்டு நாட்களாய் தோட்டச் சாலை களில் பார்க்க முடிகிறது. காரைச் சுவர்களும் பல் இளித்துக் கொண்டு நிற்கின்றன. சூரிய ஒளியோ, மின் ஒளியோ அந்தச் சுவர்களிலிருந்து பரவும் நேரத்தில் ரகசியமாக வெளிப்பட்டுக் கொண்டிருப்பதாக அவருக்குத் தோன்றியது. சட்டென நேற்று வீசிய பகல் நேரத்துக் காற்றில் புளிய மரங்கள் ஆட்டம் போட்ட மாதிரி இருந்தன. புளிய மரங்களும் குறைந்து விட்டன. புளிக்குத் தனித் தோட்டம் போட்டுதான் இனி விளைவிப்பார்களா என்று நினைத்தார் முனிரத்னம்.

சாலை சாலையாய் தோட்டம் தோட்டமாய் மாறிப் போய் தங்கியும் ஓய்வெடுத்தும் பாத யாத்திரைக் குழு சென்று கொண்டிருந்தது. ஓடைக் கற்கள் நிறைந்த இட்டேரியில் நேற்று நடந்தது அபூர்வமாக இருந்தது. காலை எடுத்து வைக்கும்போது அந்தச் சிறு கற்கள் நொறுங்கும் சப்தம் கூடவே வருவது போலிருந்தது. இட்டேரிகள் அங்கங்கு காணப்பட்டு புது இடமாகக் காட்சியளித்தது.

சாலையை நெருங்குகிறபோது தென்படுகிற காட்சி வேறாக இருக்கும். பியந்து விழும் நிலையில் தென்னங்கூரைகள் இருப்பதாகத் தோன்றும். கூரைகளுக்குப் பின்னால் நல்ல வாளிப்பான வீடு தென்படும். மொசைக் தரையின் பளபளப்பு சுவர்களுக்கும் ஏறி இருக்கும். துப்பலப்பட்டி தெற்கு மூலைத் தோட்டச் சாலை அப்படித்தான் தென்பட்டது. உள்ளே இருந்த வீடு சொகுசாகப் பட்டது. ஆனால், திண்ணையில்தான் காவடியையும், தீர்த்தக் கலசங்களையும் வைக்க வேண்டி யிருந்தது. மொசைக் தரை போட்ட கழிப்பறையை பூட்டு போட்டுப் பூட்டியிருந்தார்கள். அவசரத்திற்கு சாலைக்கு மேற்குப் புறம் இருக்கும் புதருக்குதான் செல்ல வேண்டியிருந்தது.

காலையில் கொஞ்சம் வெய்யில் ஏறுவதற்கு முன்னால் தாசநாயக்கன் பட்டித் தோட்டத்திற்குச் சென்றுவிட திட்டமிருந்து ஒத்தைக் கடை முக்கில் விறுவிறுவென்று நடந்து கொண்டிருந்தபோது சாலை ஓரத்தில் ஒரு கும்பல் தெரிந்தது.

யாராவது குடித்துவிட்டுக் கிடப்பார்கள். நகரத்தில் குடிகாரர்கள் கிடப்பது சாதாரணம்தான். கிராமப்புறப் பகுதிகளிலும் குடிகாரர்கள் கிடப்பது வெட்கக் கேடானது என்று சோமசுந்தரம் சொல்வார்.

''குடிகாரர்களுக்கு டவுன் என்ன? கிராமம் என்ன?''

''கிராமத்துக்காரனுக மரியாதை தெரிஞ்சவங்கன்னுதா...''

டெம்போ வேனை நிறுத்திவிட்டுக் கீழிறங்கினார் முனிரத்னம். கூட்டத்தை விலக்கிக்கொண்டு பார்த்தபோது ஏதோ பரிச்சயப்பட்ட முகம் ஒன்று ரத்தத்தில் மிதந்து கொண்டிருப்பது தெரிந்தது. ''அய்யோ...'' என்றார்.

''உங்களுக்கு தெரிஞ்சவங்களா?''

தயானந்தர் தெரு சிவராமன்போல் இருந்தது. குனிந்து முகத்தைக் கூர்ந்து கவனித்தார். இல்லை, இது சிவராமன் இல்லை. சிவராமனின் சாயல் இருக்கிறது. அவ்வளவுதான். ஆறுதலாக இருந்தது. எந்த வாகனம் அறைந்துவிட்டுப் போயிருக்கும். பிணத்தின் கால்களில் சாக்ஸ் இருந்தன. காதுகளை அடைத்த மப்ளர் வெய்யில் வந்த பின்பும் கழற்றாததாக இருந்தது. இப்படி பாத யாத்திரை போகிறவர்கள் அடிபட்டுச் சாவது சாதாரணமாகிவிட்டது. எங்காவது ஓரிருவர் அடிபட்டு செத்துக்கொண்டுதான் இருக்கிறார்கள்.

கூட்டத்திலிருந்து வெளிவந்த முனிரத்னம் தள்ளாடி கீழே விழுந்து விடுபவர்போல் சிரமப்பட்டார். ராவணன் கைத்தாங்க லாகப் பிடித்துக்கொண்டான். ''நம்மாளுகள ஓரமா பாத்துப் போகச் சொல்லுங்க தம்பி... பொணத்தை கண்ணுல பாக்காம ஓரமா தள்ளிப் போகச் சொல்லணும்.'' டெம்போ வேனின் முன் சீட்டில் அவரை ஏற்றி உட்கார வைத்தான் ராவணன்.

வேனைக் கடந்து போகிறபோது ஒரு நிமிடம் நின்று கிழக்குச் சூரியனைப் பார்த்தார் ஜெகந்நாதன். ''முருகா... நல்லபடியா உன்ன பாக்க எல்லாத்துக்கும் அருள் தரணும். எந்த அசம்பாவிதமும் நடந்திடக் கூடாது'' கைகளைக் கூப்பினார்.

''இந்த வருஷப் பாத யாத்திரையில பாக்கற மொதல் சாவு இது. அபசகுனம் இல்லே. ஏதோ அஜாக்கிரதை. நடந்து போன வரோட அஜாக்கிரதையா, அடிச்சுட்டுப் போன வண்டியோட அஜாக்கிரதையான்னு கேள்விக இருந்துட்டே இருக்கும்.''

பின்தொடர்ந்து வந்த காவடிக் குழுக்காரர்கள் பிணம் கிடந்த இடத்தை விட்டு நாலடி தள்ளியே நடந்தார்கள். தள்ளி நடக்கும்படி கலாவதி கையைக் காட்டி நின்று கொண்டிருந்தார். மதுபாலாவின் கண்களில் பயமும் அதிர்ச்சியும் தெரிய அவள் தலையில் தீர்த்தக் கலசமொன்று இருந்தது. அவள் நேற்றைய பாட்டுமன்றத்தில் சஷ்டி விரதப் பாடல், திருமுருகாற்றுப் படை பாடல் என்று சரளமாய்ப் பாடினாள்.

''சாமியெ நம்பிப் போறாங்க. அந்தச் சாமியெ கை விட்டா எப்பிடி...'' உரக்கவே முணுமுணுத்தான் ராவணன். ''என்ன? என்ன?'' ஜெகந்நாதன் கண்களில் அதிர்ச்சி தெறிக்க அவனைப் பார்த்தார். ராவணன் சற்றே விரைசலாக அவரைக் கடந்தான்.

''என்னமோ சொன்ன மாதிரி இருந்துச்சே...''

நேற்று இரவு கலாவதியிடம் போகர் சிலை பற்றி பேச்சு வந்தபோது அந்நவபாஷாண சிலையைச் சுரண்டி சுரண்டி இளைக்கப் பண்ணிவிட்டார்கள் என்றதும் அவருக்குச் சற்றே கோபம் வந்தது.

''முருகனைப் பத்தி கேவலமா பேசாதீங்க.''

''நிஜத்தைச் சொன்னேன்.''

''எது நிஜம்?''

''அரசியல்வாதி சுரண்டி சிலையை உருக்குலச்சிட்டாங்க.''

''இதெல்லா பொய்... நவபாஷாண சிலை. பழசாயிருச்சு. கொஞ்சம் கொஞ்சமா கரஞ்சிட்டிருக்கலாம்.''

ஜெகந்நாதர் பார்த்த அதிர்ச்சிப் பார்வையைத்தான் கலாவதியும் நேற்று பார்த்தார். பலரின் அதிர்ச்சிப் பார்வை தன் மேல் விழ அது பரவிவிடுமா? இந்தக் கும்பலில் இது தேவையா என்றிருந்தது. இந்த அபிப்பிராயங்களை வேறு இடத்தில் சொல்லலாம். இங்கு சொன்னால் பலருக்குச் சிரமமாக இருப்பதை நினைத்துப் பார்த்தான்.

சற்றே தெற்கில் போனபோது ஈரக் காற்று மெல்லத் தழுவியது. சாலையை ஒட்டி மேடும் பள்ளமுமான நிலவொளித் தோட்டங்களாகவும் தரிசு நிலங்களாகவும் வலது புறம் தென்பட்டது. ரைஸ் மில் ஒன்று பிரமாண்டத்தைக் காட்டியபடி

இருந்தது. ரைஸ் மில் காம்பவுண்ட் ஓரம் பஞ்சர் கடை என்று ஒரு போர்ட், நாலைந்து பழைய டூ வீலர் டியூப், டயர்கள் தொங்கின. சைக்கிள் பஞ்சர் இங்கிருக்குமா? சைக்கிள்கூட வழக்கொழிந்து வரும் விஷயமாகி விட்டதா என்றிருந்தது.

நேற்று பாட்டு மன்றத்தில் பலர் பழைய பக்தி இலக்கியப் பாடல்களைச் சொல்லும்போது கைபேசியில் பதிவு செய்து வைத்திருந்த பாடல் ஒன்றை எடுத்து உரத்துப் படித்தது நினைப்பு வந்தது. எல்லோரும் கூடி இருக்கும் நேரம். இந்தப் பாட்டை ஏன் சொல்கிறாய், இங்கு சொல்வதன் நோக்கம் என்ன என்று ஆரம்பித்து நீ யார் என்ற கேள்வி வந்துவிட்டால் சிரமம் என்று பட்டது.

> ''சூடு சொரணை சுயமரியாதை
> பக்கப் பிளவை படர்தொடை வாழை
> எல்லாப் பிணியும் எந்தனைக் கண்டால்
> நில்லாதோட நீயெனக் கருள்வாய்.''

இன்னும் சொல்ல நிறைய இருந்தது ராவணனுக்கு.

1. முருகனைப் பற்றி பாடல்கள் பாடும் அந்தணர்கள் ஃபாரின் ரிடர்ன் மாப்பிள்ளைகளைப் போலவே அவனுக்குப் பட்டிருக்கிறார்கள்.

2. தைப்பூச நாட்களில் பழனியே பஞ்சாமிர்தமாய் அசிங்கமாகி நோய் சாதாரணமாகிவிடுகிறது.

3. நவ பாஷாண சிலை தீராத வியாதியையெல்லாம் தீர்க்கும் என்று முருகனின் பின்புறத்தைக் கொஞ்சம் கொஞ்சமாக சுரண்டி 'பெரிய பீஸெல்லாம்' பெரிய அரசியல்வாதிகள் கொண்டு சென்று விட்டார்கள்.

4. குறைந்தது பத்து ரூபாய் தாள் போட்டால் சின்னத் தாளில் திருநீறு கிடைக்கும். அதுவும் வீணாகப் போகிற காகிதக் கூழில் கெமிக்கல் கலந்து தயாரிக்கப்பட்ட திருநீறு. வாயில் போடுவது நல்லதல்ல.

5. சித்தர்கள் என்ற பெயரில் பல சாமியார்களின் அட்டகாசத்தைப் பார்க்கும்போதெல்லாம் 'இவங்களுக்கு வேணும்' என்று சொல்லத் தோன்றும் ராவணனுக்கு. சாக்கடை நீரைக் குடித்து அதில் குளித்து வரும் சாக்கடைச்

சாமியாரிடம் அடி வாங்கினால் யோகமாம். பலர் தினமும் அடி வாங்குகிறார்கள். காது வலியும், செவிடாகிப் போனதும் சுலபமாக நடக்கிறது.

6. ஒரு சித்தர் காறித் துப்ப நன்மை வாய்க்கிறது. இன்னொருவர் கெட்ட வார்த்தை சொல்ல அருள் வாக்காகிறது. கஞ்சா கேட்கும் சித்தர்களும் உண்டு. 'பீ தின்னி சாமி இல்லீங்களா?'

இதையெல்லாம் கேட்க வேறு இடம் இருக்கிறது. இவர்களைப் புண்படுத்துவதில் என்ன லாபம் என்ற கேள்வி ராவணனுக்கு வந்தது. இவற்றையெல்லாம் சொல்ல வேறு இடம் இருக்கிறது. இங்கு சொல்லி இவர்களைச் சங்கடப்படுத்த வேண்டாமே என்றிருந்தது.

வழியிலிருந்த ஆல மரத்தடியில் உட்கார்ந்தான். நிழல் பரவி நின்றது. கைபேசியைப் பார்த்தபோது விடியற்காலையில் முகநூலைத் திறந்த பின் மூடாதது தெரிந்தது. 'கனவு' முகவரியில் ஒரு சுற்றுச் சூழல் கட்டுரை தென்பட்டதை வாசிக்க...

விஷக் காய்கறிகளும், அமைதிப் பள்ளத்தாக்கும்

கேரள அரசு தமிழகக் காய்கறிகளை விஷத் தன்மையுள்ளதாக முத்திரை குத்திவிட்டது. மெல்ல மெல்லத் தமிழகக் காய்கறி களைத் தவிர்க்க அது தீட்டியுள்ள திட்டங்களில் ஒரு பகுதியாக அது தெரிகிறது. மாடித் தோட்டக் காய்கறிகள், இயற்கை உரக் காய்கறிகள், பள்ளிகளில் காய்கறித் தோட்டங்கள் என்று திட்டமிட்டு அது செயல்பட்டு வருவதை சமீப காலங்களில் அறிய முடிகிறது.

சமீபத்தில் கேரள அமைதிப் பள்ளத்தாக்குப் பகுதிக்குச் சென்றிருந்தபோது அங்கு தென்பட்ட மலையாளிகளின் பார்வையில் தமிழர்கள் விஷம் என்ற முத்திரை குத்தப் பட்டிருப்பதுபோல் பார்வை தென்பட்டது. முன்பே மலையாளத் திரைப்படங்களில் பாண்டி என்ற வசவு முதல் விளிம்பு நிலை மக்கள்களில் ஒதுக்கப்பட்டவர்களாகவும், கீழ்நிலை வேலை செய்பவர்களாகவும் தமிழர்கள் சித்தரிக்கப் பட்டது உறுத்தலாகவே இருந்தது. அமைதிப் பள்ளத்தாக்கின் மேல் பகுதிக்குச் செல்ல ஏற்பாடாகியிருந்த வனத் துறையினரின் வாகனத்தில் இருந்த இருபது பேரில் நான் உட்பட மூவர்

மட்டுமே தமிழர்கள். மூவருக்கும் வி, ஷ, ம் என்று ஒவ்வொரு எழுத்தில் பெயரிட்டிருப்பார்களோ என்றார் கூட வந்த நண்பர், சற்றே கைப்பான புன்னகையுடன்... வழிகாட்டிக்கும் நாங்கள் தமிழர்கள் என்று தெரிந்திருக்கும். அழுத்திச் சொல்லியும் தொடர்ந்து மலையாளத்திலேயே விபரங்களைச் சொல்லிக் கொண்டிருந்தார். அவர்களின் விஷப் பார்வையில் தவறு இருப்பதாகவும் தெரியவில்லை. 2 ஜி, 3 ஜி என்று தொலை தொடர்புத் துறையில் மட்டுமில்லாமல் விவசாய உர உபயோகிப்பிலும் வந்துவிட்டன. 5 ஜி உரங்கள் இப்போது உபயோகத்தில் இருப்பதாகச் சொல்கிறார்கள். அவை அதி தீவிரமானவை. 4 ஜி உரங்கள் கொல்லாத பூச்சிகளைக் கொல்ல 5 ஜி வந்துவிட்டனவாம். 4 ஜி எதிர்ப்பை உள்வாங்கிக்கொண்டு உயிர் வாழும் பூச்சிகளை அழிக்க 5 ஜி உரங்கள் தேவைப் படுகின்றன. 5 ஜி பூச்சிக்கொல்லி மருந்துகள் ஒரு லிட்டர் 8000 ரூபாய்க்கு விற்கப்படுகின்றது.

அதை ஒரு லிட்டர் நீரில் ஒரு சொட்டு கலந்தால் போதும். விவசாய நிலத்தில் வரும் காய்ப் புழுக்களைக் கொல்ல பெரும் செலவு செய்ய வேண்டியிருக்கிறது. அதனால் காய்ப் புழு வராதபடி வகைப் பயிர்களை விவசாயி காரணமில்லாமல் நாட வேண்டியிருக்கிறது. இது ஒரு அவலம், விதையில்லாத பழங்கள் பெரும்பாலும் கிடைக்க ஆரம்பித்திருக்கின்றன. விதை யில்லாதவை ஆண்மையில்லாத மனிதர்களையே உருவாக்கும். ஆண்மையில்லாத ஒரு தலைமுறை உருவாகும் அபாயங்களை இவ்வகைப் பொருட்கள் தயாராக்குகின்றன. உரங்கள், உரக் கிடங்கு, உரக் கடை வைத்திருப்பவர்கள் சுலபமாக பணக்காரர் ஆக உபாயங்கள் இருக்கின்றன. விவசாய பல்கலைக் கழகங்கள் நவீன உரங்களின் உற்பத்திக்கும் வேகமான விற்பனைக்கும் வழிகோலுகின்றன என்ற விமர்சனங்கள் உள்ளன. மலைப் பிரதேசங்களில் முட்டைக் கோசு, திராட்சை போன்றவை ரசாயனக் கலவையில் முக்கி எடுப்பதைப் பார்க்கும் எவர்க்கும் அவற்றைச் சாப்பிடவே தோன்றாது.

அமைதிப் பள்ளத்தாக்கு இந்தியாவின் ஏழு அதிசயங்களில் ஒன்றாக மதிக்கப்படுவது. 100 சதுர கி.மீ. பரப்பளவு கொண்டது. 1100 வகை மலர்கள், 250 வகைப் பட்டாம்பூச்சி வகைகள், பிராணிகள், மிருகங்களை உள்ளடக்கியது. கண்களில் தென்பட்ட நீளமான வால்களைக் கொண்ட கருங்குரங்குகள்

அங்கு அதிகமாக உள்ளன. சாய் ரந்தி வனம் என்றும் குறிப்பிடப் படுவதாகும். மகாபாரதக் கதையில் வனவாச நாட்களில் திரௌபதி வேலைக்காரியாக மறைந்து திரிந்த இடம் என்ற கதை உண்டு. அடர்ந்த வனங்களைக் கொண்ட இப்பகுதியைச் சுற்றிய போதுதான் அடர்த்தியும் வனத்தின் இயல்பு மாறாத தன்மையும் பல ஆண்டுகளாக கட்டிக் காப்பாற்றப்பட்டு வருவது தெரிகிறது. அதைக் காப்பாற்ற அப்பகுதி மக்கள் போராடியிருக்கிறார்கள். நாற்பது ஆண்டுகளுக்கு முன்னால் அங்கு குந்தி நதியின் மையத்தில் நீர் மின்சக்தி திட்டத்திற்காக ஒரு அணை கட்டும் வேலை ஆரம்பிக்கப்பட்டது. ஆனால், சுற்றுச்சூழல்வாதிகளும் எழுத்தாளர்களும் பத்தாண்டுகளுக்கு மேலாக தொடர்ந்து போராடி அத்திட்டத்தைக் கைவிட வைத்தனர். வழிகாட்டி எல்லாப் பகுதிகளையும் சுற்றிக் காண்பித்த பின் அணைக்கட்டை ஆரம்பித்து கைவிடப்பட்ட அந்தப் பகுதியையும் காட்டினார். 3 கி.மீ. நடந்துதான் அப்பகுதிக்குச் செல்ல வேண்டியிருந்தது. இதுபோல் போராட்ட மையமான பகுதிகள் பற்றிய நினைவுச் சின்னங்களை அரசு எப்போதும் புறக்கணித்தே வைத்திருக்கும். அழிந்துவிட்டிருக்கும். வழிகாட்டி அதையும் சென்று காட்டியது ஆச்சரியம் தந்தது. சுகதகுமாரி போன்ற கவிஞர்கள் அப்போராட்டத்தில் தொடர்ந்து ஈடுபட்டனர் என்பது ஞாபகத்தில் இருக்கிறது. 2000 மீட்டர் உயரத்தில் அப்பகுதி இருக்கிறது. குந்தி நதியின் ஆற்றொழுக்கு அப்பகுதிக்கு இன்னும் அழகூட்டியது. உள்பகுதிகளில் இருளா, குரம்பா, முருகா போன்ற பழங்குடிகளும் தென்படுகிறார்கள். அட்டப் பாடியில் தென்படும் இந்தப் பழங்குடியினர் இந்த மலைகளிலும் இருக்கிறார்கள். அட்டப்பாடி எப்போதும் மாவோயிசப் போராளிகளின் நடமாட்டத்திற்கும் காவல் துறையினரின் கண்காணிப்பிற்கும் ஆளான இடம். இந்த ஆதிவாசிகள் சிவராத்திரி போன்ற நாட்களில் தங்களின் தொன்ம ஆதிக் கலைகளை வெளிப்படுத்தி மகிழ்ச்சியைத் தெரிவித்துக்கொள் கிறார்கள். மற்றபடி பெரும்பாலும் காவல் துறையினரின் கண்காணிப்பில் இருக்க வேண்டியிருக்கிறது அவர்களுக்கு.

கேரளத்திலிருந்து வந்திருந்தவர்கள் காட்டுக் கருவேப்பிலை மரத்தடியில் மேய்ந்துகொண்டிருந்த ஒரு காட்டெருமையுடன் பேசுவதுபோல பலர் சமவெளிப் பகுதியில் இருக்கும் சிரமங் களைச் சொல்லிக் கொண்டிருந்தனர். ஒருவர் தனது வீட்டுக்

கிணற்றில் கம்பி வேலி போட்டு குப்பைகளும் கழிவுகளும் சேராமல் பாதுகாத்து வைக்கச் செலவிட்ட தொகை பற்றிச் சொன்னார். பெரிய இரசாயனத் தொழிற்சாலைகள் எது வந்தாலும் ஒருங்கிணைந்த போராட்டங்கள் மூலம் அவர்கள் தவிர்த்தே வந்திருக்கிறார்கள். காய்கறியில் விஷத் தன்மையையும், தமிழ் விவசாயப் பகுதிகளில் உரங்களை அதிகம் பயன்படுத்துவதையும் அவர்கள் தெரிவிப்பது இயல் பானதாகவே தோன்றியது. தினசரி 2000 டன் காய்கறிகள் தமிழ்நாட்டிலிருந்து கொண்டு செல்லப்படுகின்றன. அதிலும் ஓணம் போன்ற பண்டிகைகள் நாட்களின்போது 10000 டன் காய்கறிகள் செல்கின்றன. இந்தியாவில் அதிகம் பூச்சிக் கொல்லிகள் பயன்படுத்துபவர்கள் தமிழக விவசாயிகள். சுமார் 200 வகைப் பூச்சிக் கொல்லிகள் இந்தியாவில் உள்ளன. ஒரு லட்சம் டன் என்ற அளவில் வருடம்தோறும் பயன் படுத்தப்படுகின்றது.

அவற்றில் குடல் நஞ்சு, புகை நஞ்சு, நரம்பு நஞ்சு என்று பல வகைகள் உள்ளன. ஐந்தாம் தலைமுறை பூச்சிக் கொல்லிகள் இந்த நரம்பு நஞ்சுகள். பூச்சிகளின் நரம்பு மண்டலத்தைத் தாக்கிக் கொல்லும் இயல்புடைய கொடிய விஷம் கொண்டவை. உரக்கடை அதிபரே மருத்துவராகி அதிக கமிஷன் பெற்றுக் கொண்டு பூச்சிக் கொல்லிகளை சிபாரிசு செய்து விற்பனை செய்கிறார். கேரளாவில் பெருகி வரும் நோய்களும் அதிலும் குறிப்பாய் ஆண்டிற்கு 50 ஆயிரம் புற்று நோயாளிகள் உருவாக்கப் படுவது கேரள விஞ்ஞானிகளை அச்சப்பட வைத்திருக்கிறது. ஐந்து ஆண்டுகளுக்கு முன் இயற்கை வேளாண்மை குறித்த அக்கறை கொண்டு அவர்கள் தீட்டி வரும் திட்டத்தின் ஒரு பகுதியாக தமிழ்நாட்டுக் காய்கறிகளைத் தவிர்க்க ஆரம்பித்திருக் கிறார்கள். 15 பூச்சிக் கொல்லிகளுக்குத் தடை விதித்திருக் கிறார்கள். ஐரோப்பிய நாடுகளில் சில தமிழ்நாட்டுக் காய்கறிகள் பழங்களுக்கு ஏற்றுமதி தடை விதித்திருப்பது அவர்களுக்கு முன்னோடியாக உள்ளது. ஆக கேரளாவிடமிருந்து நாம் கற்றுக் கொள்ள நிறைய இருக்கிறது. கேரள அரசு தமிழக காய்கறி களுக்குத் தடையில்லை என்று இறுதியாய் அறிவித்திருப்பது ஆறுதல் தருகிறது. ஆனால், அதில் ஒரு எச்சரிக்கை அடங்கியிருக்கிறது.

அமைதிப் பள்ளத்தாக்கை இயற்கை சூழ்ந்த இடமாக அணை கட்டுவதிலிருந்து காப்பாற்றி வைத்துக் காப்பாற்றி வருகிறார்கள் கேரளத்தினர். பெருந்துறை சிப்காட்டில் புதிய தனியார் குளிர்ப்பதன தொழிற்சாலையின் நீர் சுரண்டலைக் கண்டித்து நடந்த மூன்றாண்டு கால போராட்டம் வெற்றி கண்ட தமிழக அரசு அத்தொழிற்சாலையின் அனுமதியை ரத்து செய்திருப்பதும் பெருமைகொள்ளும் சமீபத்திய ஒரு விஷயமே.'

முகநூலில் இருந்து வெளியே வந்தான்.

•

தெற்குப் பாளையம் நஞ்சுண்டான் தோட்டம் தாராபுரம் சாலை ஓரத்திலேயே இருந்தது. புழுதியும் வறக்காடுமாய் வெறுமையைப் பரப்பிக் கொண்டிருந்தது. இடது பக்கம் சாளை வீட்டிலிருந்து நூறு அடி தள்ளி பட்டியொன்று தென்பட்டது. மூங்கில் குச்சிகளும், படங்களும் கொண்ட பட்டி தற்காலிகமாய் அமைக்கப்பட்டதாய் முதல் பார்வையிலேயே தோன்றும். இடது பக்கம் படல் வாசல் திறந்து ஆடுகளை உள்ளே விரட்டிக் கொண்டிருந்தான் அவன். தலையில் தலைப்பாகையும், இடுப்பில் கட்டியிருந்த வேட்டியும் ஏகதேச புழுதி மண்ணின் நிறத்தை அடைந்திருந்தன. ஆடுகளின் சப்தம் 'ம்மே... ம்மே...' என்று சூரியன் மறைந்த நேரத்தில் கேட்டது.

காவடிக் குழு காவடியையும், தீர்த்தக் கலசங்களையும் வைத்துவிட்டு மொசைக் திண்ணையில் உட்கார்ந்தார்கள். சிலர் மினி டெம்போவில் இருந்த பைகளை எடுத்து ஸ்வெட்டர்களைத் தேடினர்.

ராமண்ணனின் அந்தத் தோட்டம் விளைச்சலற்றுப் போய்விட்ட மாதிரி வெறுமையாய் இருந்தது. குரும்பை ஆடு, மயிலம்பாடி, வெள்ளாடு, செம்மறி ஆடு என்று கலப்பாய் பட்டியில் அடைந்திருந்தன.

படலுக்கு வெளியே நான்கைந்து 'கொடாப்புகள்' கிடந்தன. கருநொச்சி, பூலாமாறு கொண்டு செய்யப்பட்ட 'கொடாப்புகள்'. பத்துப் பதினைந்து ஆடுகளை ஒரு கொடாப்புக்குள் அடைத்துவிடலாம் என்பதுபோல் கூம்பு விசாலமாய் இருந்தது.

முனிரத்னம் ஆள் அடையாளம் தெரியாத மங்கலில் ராமண்ணனைத் தேடிப் பிடித்து படலின் பக்கம் வந்து நின்றார். அவர் எப்போதாவது முழுக்கைச் சட்டை அணிபவர். குளிருக்கு அடக்கமாய் இருக்கட்டும் என்று இப்போது முழுக்கைச் சட்டைக்கு மாறி ஸ்வெட்டர் ஒன்றை மேலே போட்டிருந்தார். அது சுரிதாருக்கு மேல் போர்த்தப்பட்ட அழகான துப்பட்டா போல நீலச் சட்டையின் மேல் இளம் சிவப்பு கலரில் கிடந்தது.

''என்ன ராமண்ணா... புதுசா இருக்கு?''

''வெள்ளாம கொறஞ்சு போச்சு... ஏதோ பட்டி போட எடம் குடுத்தா கொஞ்சம் காசு வருமே. அப்பப்போ வந்து போறவங் களுக்குக் குடுக்க வேண்டியிருக்கு.''

''தீவனமெல்லா கெடக்குதுலே...''

''அதுக்கும் சிரமப்படத்தா வேண்டியிருக்கு. நல்லா இருக்கட்டுமுன்னு அவங்களே பொன்னாங்கன்னி கீரை, அவரைப் பொட்டு, வேலங்காய், கோவச் செடின்னு கொண்டாந்து போடறாங்க.''

''தோட்டத்திலிருக்கிறதில வாய் வெக்காதே.''

''என்ன பெரிசா கெடக்கு... தக்காளிச் செடியும் கத்தரியுந்தா... அதுல வாய் வெச்சா பட்டியைப் பிச்சுப் போடற அளவு கோபம் வந்துடும்.''

''வெள்ளாமை கம்மியாயிருக்கறது தெரியுது.''

''கூலிக்கு ஆள் கெடைக்கறதில்ல, இருக்கற கோமணத்தை உருவிட்டுப் போக வுடாமெ இருக்கணும். கோமணம் தெரியாம இருக்கறதுக்கு ஏதாச்சும் கிழிஞ்ச துணி போட்டு இடுப்பை மறைக்க வேண்டியிருக்கு... உங்களுக்கென்ன முழுக்கைச் சட்டையும் ஸ்வெட்டருமுன்னு...''

''சாதாரண குளிருக்கே உடம்பு தாங்கறதில்லெ. அதுதா. ஒண்ணும் மினுங்கறதுக்கு இல்லே.''

லேசாக பனி அதன் வெண்மையைக் காட்டிக் கொண்டிருந்தது. தூரத்துத் தென்னை மரங்கள் பச்சையை இழந்து லேசான வெண்மைக்குத் தாவியிருந்தன.

''அது யாரு தென்னை மரத்தடியில வரப்புலெ உக்காந்திட்டிருக்கறது...''

''உங்காளுகன்னு நெனைச்சிட்டிருக்கன்.''

''எங்காளுக மாதிரி தெரியலையே...''

இடது பக்கம் நகர்ந்து சென்ற முனிரத்னம் உருவங்கள் அடையாளம் தெரிகிற மாதிரி ஐம்பது அடி தூரத்தில் நின்றார். ''யாரது?'' விரைசாய் கேட்டபடி பரபரத்தார். முப்பது வயதிற் குள்ளான வயதில் பேண்ட், சட்டை ஆணும், சுரிதாரில் பெண்ணுமாய் தெளிவானது.

''யாரது?'' இருவரும் ஏர் பேக்குகளை எடுத்தபடியே எழுந்து நின்றனர். ''யார்ன்னு கேக்கறனில்ல'' ராமண்ணன் விரைசலாய் பக்கம் வந்து நின்று புழுதி படர்ந்த வேட்டியைத் தூக்கிக் கட்டிக்கொண்டார்.

''யார்ராது... உங்க ஆளு இல்லீங்களா... காவடியோட வந்தவங்க இல்லையா?''

''காவடியோட வந்தவங்கெல்லா அங்க இருக்காங்களே. இது எங்காளுக இல்லே... புதுசா இருக்கு.''

''சொல்லுங்கடா.''

ராமண்ணனும், முனிரத்னமும் பக்கத்தில் நெருங்கி விட்டார்கள். அவர்கள் முழுசாய் அடையாளம் தெரியும் விதமாய் தென்பட்டார்.

''இல்லீங்க போயிற்றம்...'' பெண்தான் பேசினாள். துப்பட்டாவை எடுத்துப் போர்த்திக் கொண்டாள். அவர்கள் நிற்குமிடத்திலிருந்து நாலைந்து அடி தள்ளி விரைசலாய் நடக்க ஆரம்பித்தனர்.

''யார்ரா?''

''இல்லீங்க, போயிற்றம்.''

''என்னடா இது? என்ன ஒதுங்க வந்தீங்களா?''

''வெரசலாப் போறாங்க. சப்தம் போடட்டுமா. நாலு பேரு வரட்டும். புடுச்சு என்னன்னு கேப்பம்.''

''வேண்டாம். சத்தம் போடாதீங்க. பெரிசாயிரப் போகுது. அவங்களே கெளம்பிட்டாங்க. எதுக்கு பெரிசு பண்ணிட்டு.''

குறுக்காய் இட்டாரியில் அவர்களின் கால்கள் விரைந்தன. சற்றே எழும்பிய புழுதி பனித் திரையுடன் லேசாகக் கலந்தது.

''ஒதுங்க வந்தாங்களோ... ஓடி வந்தாங்களோ... பாத யாத்திரை குழுன்னு நீங்க நெனச்சிருப்பீங்க...''

''களவாணிப் பசங்க... ஒதுங்கறதுக்கு இங்கதா கெடச்சதா. பட்டிக்குள்ள ஆட்டோட ஆடா அடச்சுப் போட்டா புத்தி வரும்.''

ஜெகந்நாதன் அவர்கள் பக்கம் வரும்போது அவர்கள் இருவரும் பார்வையிலிருந்து சீக்கிரம் மறைந்துவிட வேண்டும் என்ற அவசர கதியில் தூரத்தில் போய்க் கொண்டிருந்தார்கள்.

''பட்டியில அடைக்கறதுக்கு ஆள் சேந்துச்சுங்களா?''

''பட்டி மாதிரி தோட்டத்தையே பண்ணிடுவாங்கபோல... தொரத்தி வுட்டும்.''

''ஒதுங்க வந்திருப்பாங்க.''

''சாக்கிரதையாத்தா இருக்கணும். முனிரத்னம் மேனேசர்ன்னா மேனேசர்தா...''

''பெரிய கவுரவம்... போங்க.''

மக்காச் சோளம் வேகிற வாசனைபோல் ஏதோ வந்தது. முனிரத்னம் மூச்சை இழுத்துப் பார்த்துக் கொண்டார். ''இது என்ன புதுசா இருக்கு?''

''பட்டியில இந்த குறும்பு ஆடுக தாஸ்தி. அதுகிட்ட இருந்து இந்த வாசம் வரும்.''

''பொண்ணு வாசம் புடிக்கத்தா அந்தப் பையன் அந்தப் பொண்ணைக் கட்டிட்டு வந்திருப்பானா?''

''வாசம் புடிச்சா மட்டும் போதுமா?''

●

12

'அன்பு இல்லாத மனம் ஈரம் இல்லாத
களிமண்போல இறுகிப் போகும்.'

- தினசரி காலண்டர் வாசகம்

(சூலம் - கிழக்கு / பரிகாரம்: தயிர் / சந்திராஷ்டமம்,
குன்றக்குடி ஸ்ரீ முருகப் பெருமான் மகா ரதோற்சவம்,
கொடிய நகசு.)

"**வ**லி ஒரு வகையில் நிதானம் தரும். வலியைக் கவனிக்கறது
தியானம் மாதிரி. சாதாரணமானதாகவும் எடுக்கலாம்.''
ஜெயவாணியின் வலது கால் வெடிப்பைப் பார்த்தபடி
ஜெகந்நாதன் சொன்னார். மோகன் அவர் சொல்வதை
ஆச்சர்யத்துடன் பார்ப்பதுபோல் பார்த்தார். இவர் என்ன ஏதோ
தத்துவம் மாதிரி சொல்கிறார். பாட்டென்றால் பழைய பக்தி
இலக்கியப் பாடல்களையும் சொல்கிறார். ''அதெல்லா
ஒண்ணுமில்ல... முருகன் மேல, சவுண்டேசுவரி அம்மன்
மேலன்னு பத்து பாட்டு மனப்பாடம் பண்ணி வெச்சிருக்கன்.
அதைத் திரும்பத் திரும்பச் சொல்ல மனசில ஏறிடுச்சு. பசு
மரத்தாணிபோல அவ்வளவுதா. அதிலெல்லா பெரிய ஞானம்
இல்லே.'' ஜெயவாணி கல்லூரி மாணவி. காலில் சாக்ஸ் உறை
போட்டுக் கொண்டும் நடந்தாள். இரவுகளில் தூங்கும்போது

வாசலின் போட்டுக் கால்களைத் தேய்த்துவிட்டுக் கொண்டாள். ஆனாலும் கால்களின் வெடிப்பு நடக்க முடியாதபடி செய்துவிட்டது. பழனி முருகன் மண்டபத்திற்கும் வந்தாகி விட்டது. இன்றைக்கு ஓய்வுதான். நாளைதான் மயார பூஜை. அன்னதானம் சுவாமி தரிசனம் எல்லாம்.

''இருபத்தஞ்சு வருஷமா நடக்கறன். எனக்கு ஒண்ணுமில்லெ.''

ஒரு தரம் ஒரு பெண்ணிற்குக் காலில் முள் குத்தியதை, எடுத்துவிடுகிறேன் என்று சோமன் ஒரு பெண்ணிடம் விஷமம் செய்கிற விதமாய் மார்பைப் பிடித்துக் கசக்கியிருக்கிறான். அவன் பெண்களிடம் வரம்பு மீறுவதைப் பல நாட்களாகக் கவனித்திருக்கிறார். அந்தக் காட்சி ஜெகந்நாதனுக்கும் கோபத்தைப் பீறிடச் செய்தது. வாசல் துவைக்கும் கல்லில் தறி நாடா முனையைத் தேய்த்துக் கொண்டிருந்தவர் அவனின் சில்மிஷத்தைப் பார்த்து ஓடி வந்து தள்ளிவிட்டார். கையிலிருந்த தறி நாடாவால் தலையில் ஓங்கி அடித்தார். சோமன் மண்டையையப் பிடித்துக்கொண்டு கீழே உட்கார்ந்தான்.

தறி நாடாவின் கூரிய இரும்பு முனை வெய்யிலில் பளிச்சிட்டது. ''இதிய திருப்பி உம் ஓடம்புல வைக்கவும் எனக்குத் தெரியுண்டா சோமன்.'' ஜெகந்நாதனின் மனைவி ஓடி வந்து அவரின் கைகளைப் பிடித்துக் கொண்டாள்.

''என்னங்க இது?''

மோகன் ஜெகந்நாதனை சாதாரண பூசாரி நிலையிலிருந்து உக்கிரமான கோபம் கொண்டவராக அன்றுதான் பார்த்தான். 1971ல் நடந்த நெசவாளர் போராட்டத்திலும் கலந்துகொண்டு சிறை சென்றிருக்கிறார்.

''இன்னிக்கு ரெஸ்ட் எடும்மா... எல்லாம் செரியாப் போயிரும். கலாவதி இருக்காங்க. பாத்துக்குவாங்க.''

வழக்கம்போல் கையிலிருந்த பிளக்ஸ் சாக்குகளை சிமெண்ட தரையில் போட்டு எல்லோரும் உடம்பைக் கிடத்திக்கொண்டனர்.

''இந்த மண்டபத்துக்கு வாடகை உண்டுங்களா?''

''வற்ற வழியில எல்லா சாளையிலையும் காச தந்துதா வற்றம். ஓசின்னு குடுக்கற அந்தக் காலம் போயிருச்சு...''

சீக்கிரமே எல்லோரும் அசதிக்குள்ளாவதுபோல் கண்களை மூடிக்கொண்டார்கள். கல்யாண மண்டபத்தில் முன்புற இரைச்சல் ஏதோ திருவிழாபோல் தொடர்ந்து கொண்டிருந்தது.

மோகன் மினி லாரியில் சாப்பாட்டுப் பொருட்களுடன் உட்கார்ந்து வந்திருந்தான். ஜெயமணி தாராபுரம் தாண்டியதும் பழனி மலை மங்கலாய்த் தெரிய ஆரம்பித்ததும் மண்ணில் விழுந்து வணங்கினாள். மலையில் ரூம் அவளுக்குப் பிடிக்கிற போதெல்லாம் அப்படிதான் தரையில் விழுந்து பல இடங்களில் வணங்கினாள்.

பழனி வீதிகளை ஒரு சுற்று சுற்றி வர எண்ணியபடி காவடியைப் பார்த்தான். அது எந்தவிதக் களைப்பும் இல்லாமல் உட்கார்ந்திருந்தது.

முகப்பில் இன்னொரு குழு வந்து சேர்ந்த பொருட்களை வைத்துக் கொண்டிருந்தனர்.

''பத்து மலை முருகன் கோயில் தைப்பூசம் இது மாதிரி இருக்குமா?''

''இதைவிட பத்து மடங்கு சிறப்பா இருக்கும். வகை வகையான காவடிகள். அலகு குத்தி தேர் இழுக்கறதுன்னு...''

''தீர்த்த மலை, அதுதா தண்ணி மலைன்னு.''

''அங்கயும் விசேஷம் இருக்கும்.''

அவர் மலேசியாக்காரரா இருப்பாரா... பத்து மலை, தண்ணீர் மலை என்ற பெயர்கள் காதில் விழுகிறதே. மோகனுக்குப் பரபரப்பாக இருந்தது. அவரை அடையாளம் கண்டுகொண்டு பேசலாம். வெளிநாட்டுக்காரர் என்றால் பனியன் வியாபாரத்திற்கு ஏதாவது வகையில் பயன்படுத்திக் கொள்ளலாம். பரபரத்து அவரைத் தேடினான் மோகன்.

''இது எந்த ஊர் குரூப்புங்க?''

''ராமநாதபுரத்து.''

''அவ்வளவு தூரம் இருந்து வர்றீங்களா?''

''இதென்ன தூரம், மலேசியா, சிங்கப்பூர்ன்னு எவ்வளவு பேர் வர்றாங்க.''

மலேசியாக்காரர் நகர்ந்துவிட்டார் போலிருந்தது.

முன் வீதிக்கு வந்தபோது மதனபுரம் கூட்ட நெரிசலால் தத்தளிப்பதுபோல் ஜனங்கள் சாரை சாரையாய் சென்று கொண்டிருந்தார்கள். எல்லாப் பாதைகளும் மலைக்குதான் என்பதுபோல் நகர்ந்து கொண்டிருந்தனர்.

கொஞ்சம் நடந்தால் முன்னால் முனிசிபல் அலுவலகம் வரும். கீரனூர் பிரியாணி ஹோட்டல் ஒன்று இருக்கும். நல்ல சுவை இருக்கும். ஆம்பூர் பரோட்டா என்று அங்கு கிடைக்கும். வலது பக்கம் நடந்தால் பாத விநாயகர் தென்படுவார். சண்முக நதிக்குப் பேருந்து பிடித்துப் போகலாம். பாலாறு, வரத்தாறு, பொருந்தலாறு, தருளி ஆறு, கல்லாறு, பச்சை ஆறு என்று அதன் உபநதிகளையெல்லாம் ஒரு தரம் குதிரை வண்டியைப் பிடித்துப் போய் பார்த்து வந்திருக்கிறான். சண்முக நதியில் குளிக்க முடியாது. புண்ய நதிதான். கொஞ்சம் எடுத்து தலையில் தெளித்துக் கொள்ளலாம். மயில் மண்டபத்தில் உட்கார்ந்து கொண்டு வேடிக்கை பார்ப்பது அவனுக்குப் பிடிக்கும். ஓரிரண்டு மயில்களும் நடமாடும். ஆர்யம் மண்டபம், வள்ளியம்மன் கோயில் என்று அலைந்திருக்கிறான்.

போகர் சந்நிதியின் நிலவறைப் பாறை ஒன்றுக்குள் போக வேண்டும் என்று பத்து ஆண்டுகளுக்கு முன் பெரிய ஆசை இருந்தது. பிறகு அது மனதிலிருந்து விலகிவிட்டது. அங்கு சென்ற போகர் திரும்பி வரவில்லை என்பார்கள். போகரின் சீடரான புலிப்பாணி சித்தரின் சந்ததியினர் போகருக்குப் பூஜை செய்து வருவதாகக் கேள்விப்பட்டிருந்தான்.

கீரனூர் பிரியாணிக் கடை திறந்திருப்பார்களா... தைப் பூசத்தையொட்டி கறி பிரியாணி இருக்காது. எம்ட்டி பிரியாணி, குஷ்கா இருக்கும். அதைச் சாப்பிடலாம். மண்டபத்தில் சமையல் நடக்கிறது. வெளியில் சாப்பிட்டால் கண்டுபிடித்து விடுவார்கள். வேண்டாம் என்று பட்டது மோகனுக்கு. சின்ன வயதில் ஆறேழு தரம் 'முடி காணிக்கை' செலுத்தியிருக்கிறான். அழகிற்கும் அலங்காரத்திற்கும் முக்கியத்துவம் கொடுக்காமல் இறைவனின் சந்நிதியிலேயே வாழ்கிற உணர்வைக் கொடுப்பதே மொட்டை அடிப்பதற்குக் காரணம் என்று ஜெகந்நாதரும் சொல்லியிருக்கிறார்.

டாஸ்மாக் கடைகள் இருக்குமா? அதை மூடிவிட மாட்டார்கள். நாளைக்கு தரிசனம், அன்னதானம் முடிந்ததும் பலர் டாஸ்மாக்கைத் தேடித்தான் ஓடுவார்கள்.

டாஸ்மாக் வாசம் தென்பட்டால் அவர்களை வண்டியில் ஏற்றமாட்டார் மேனேஜர் முனிரத்னம். நாளைக்குத் திரும்புவது அவரவர் விருப்பம். மினி டெம்போ, லாரி கொஞ்சம் பேர்களை அடக்கிக்கொள்ளும். அவரவர் அவசரத்திற்கேற்ப பேருந்தில் திரும்பிவிடுவார்கள். அதற்கு ஏற்ற மாதிரி இன்றைக்குக் கூட தம்மண்ணன் குடும்பத்தினர் மலை மேல் ஏற இருப்பது ஞாபகம் வந்தது.

வடக்குப் பக்கம் வந்தபோது, 'பூனைச் சித்தர் தரிசனம் பனிரண்டு மணிக்கு' என்றொரு போர்டு தென்பட்டது. அழுக்குச் சித்தர் முதல் கஞ்சா சித்தர் வரை கேள்விப்பட்டிருக்கிறார். இது இந்த வருஷத்துப் புது சித்தரா.

''என்னங்க புது போகரா?''

''போகர் வாரிசு.''

''வாரிசுன்னா... போகர் தாகத்துக்குத் தண்ணி கேட்டு அக்ரகாரம் போக அவரோட அழுக்கு ஓடம்பைப் பாத்துட்டு துரத்துனாங்களாம். ஒரு பூனையைக் கூப்பிட்டு மந்திரம் சொல்லியிருக்கிறார். அந்தப் பூனை தெரு மத்தியில் உட்கார்ந்து வேதம் ஓதியிருக்கு. பிராமணர்கள் மன்னிப்பு கேட்டுட்டாங்க.''

''பார்க்க முடியுமா?''

''பனிரெண்டு மணி வெயில்லே ஒரு பூனையோட நடு வீதியில வந்து உட்கார்ந்துட்டு அன்னதானம் ஆரம்பிப்பார். பிணியில கொடியது பசிப் பிணி. அதனால் அன்னதானம் செய்வார்.''

பூனையையும் சித்தரையும் பார்க்க இன்னும் ஒரு மணி நேரம் இருக்கிறது. கீரனூர் பிரியாணிக் கடை இருக்குமா என்று அவர் கால்கள் தெற்கில் நடந்தன.

●

13

மலையிலிருந்து பார்க்கும்போது நீளக் கயிற்றால் தொங்கவிடப் பட்ட மின் விளக்குகள்போல் பழனி வீதிகள் தென்பட்டன. இருட்டுக்குள் மினுங்கிக் கொண்டிருந்தன மின் விளக்குகள். மனிதர்களே இல்லாமல் போய்விட்டதுபோல் அவர்கள் இருட்டுக்குள் மறைந்து விட்டார்கள். தூரமிருந்து விசாலமாய்ப் பார்க்கையில் தகர்ந்து போகிற மனிதன் தங்கமணிக்கு ஞாபகம் வந்தான்.

''மனுஷன்... கால்நடையா இவ்வளவு தூரம் வந்துட்டு தரிசனம்ன்னு பார்க்காம கீழேயே உட்கார்ந்திருக்கிறார்'' என்று ஜெகந்நாதன் மீது தங்கமணிக்கு வருத்தமாக இருந்தது. மயார பூஜை, அன்னதானம், பஞ்சாமிர்த வேலை என்று காரணம் காட்டி கீழேயே இருந்துவிட்டார். தங்கமணி நான்கு மணி நேரமாய் பொது தரிசனத்திற்கென்று நிற்கிறாள். இன்னும் இரண்டு மணி நேரம் ஆகும் என்றார்கள்.

கால்கள் வலியெடுக்க ஆரம்பித்தன. நாலு நாள் நடையில் பலருக்குப் பித்த வெடிப்புபோல் வந்துவிட்டது. சொரசொரப் பான கல்லில் தங்கமணி காலைத் தேய்த்து அழுக்கில்லாமல் பார்த்துக் கொள்வாள். கால் வெடிப்பு என்று வந்துவிட்டால் எலுமிச்சம் சாறு, பயித்தம் பருப்பு மாவு, வேப்பிலை, கஸ்தூரி மஞ்சள் ஆகியவற்றைக் கலந்து கால் வெடிப்புகளில் பூசுவாள்.

எலுமிச்சைப் பழத் தோலால் பாதங்களை நன்கு தேய்த்துச் சுத்தமாக்கிக் கொள்வாள். பக்கத்து வீட்டு ஹேமா 'ஸ்கரப்பர்' என்று ஏதோ பயன்படுத்துவாள். ப்யூமிஸ் ஸ்டோன் என்றுகூட ஏதோ காட்டினாள். பூட் க்ரீம் போட்டு மசாஜ் செய்யும் பழக்கம் ஹேமாவுக்கு இருந்தது.

''நீ படிச்ச பொம்பளை, சம்பாதிக்கறே... செய்வே.''

''ஏக்கா... நீங்க சம்பாதிக்கறதில்லையா. ராட்டையில நீங்க நூல் சுத்திக் குடுக்கலீன்னா உங்க வூட்டுக்காரர் நெசவு நெய்சுருவாரா?''

திருக்கல்யாணம் நடந்து முடிந்ததைப் பார்க்கக் கிடைக்கவில்லை தங்கமணிக்கு. மாப்பிள்ளைக் கோலத்தில் முத்துக் குமாரசாமி வெள்ளி யானை வாகனத்தில் வீதி உலா வருவதைப் பார்க்க அவளுக்கு ரொம்பவும் பிடிக்கும். வெள்ளி ரதத்தில் சுவாமி வீதி உலாவையாவது பார்க்கவேண்டும் என்பது மனதிலிருந்து 'சித்தர்கள் வாழ்ந்த பூமியில் நடமாடுவது பாக்கியம்' என்று முணுமுணுத்துக் கொள்வாள்.

கையிலிருந்த பையில் மயில், சேவல் உருவங்களை இரு புறம் கொண்ட ஓம் பொறிக்கப்பட்ட ஸ்டிக்கர் ஒன்று இருந்ததை எடுத்துப் பார்த்துக் கொண்டாள். பச்சையும் காவியுமாய் பலர் இடுப்புத் துண்டைக் கட்டியிருந்தனர். அவரின் சாவக்கட்டுப் பாளையத்தில் கட்டியமக்காரர் என்று ஒருவர் எப்போதும் பச்சைத் துண்டையும், காவி வேட்டியையும் அணிந்திருப்பார். ''என்ன விரதமா?'' என்றால் ''முந்நூறு நாளும் விரதம்தா... அதுதா இப்பிடி'' என்பார். கட்டியமக்காரர் பாத யாத்திரையில் கோமாளி வேடம் போட்டுக் கொண்டு கூட வருவார். பெரியசாமிக்குப் பிறகு கோமாளி வேடம் போட்டு சாவக்கட்டுப் பாளையத்தில் ஆட்கள் இல்லாமல் போய்விட்டார்கள் என்பது ஞாபகம் வந்தது. பெரியசாமியின் மகன் திருப்பூரில் பனியன் கம்பெனி வைத்திருக்கிறான். 'கோமாளி பொழப்பே வேண்டாம்' என்பான்.

அர்ச்சனை சீட்டு வாங்கலாமா என்று நினைத்தாள். இந்தக் கூட்டத்தில் அர்ச்சனையெல்லாம் நடக்குமா? கிருத்திகை தினத்தில் ஆயிரம் அர்ச்சனைகள் நடக்கும். இப்போது இரு மடங்கு கூட இருக்கலாம். கூட்டம் குறைவாக இருக்கும்போது அர்ச்சனை செய்யலாம் என்று நினைத்தாள். 'நம்ம பேரும் ராசியும் புரோகிதர்க சொல்றது காதுலெ விழுணுமே...'

காலையில் பெரிய விசேஷங்கள் இருக்கும் என்பது ஞாபகம் வந்தது. வள்ளி தெய்வானையுமான முத்துக் குமாரசாமி தோளுக்கினியனா வாகனத்தில் எழுந்தருளி சண்முக நதியில் தீர்த்தம் வழங்குவார். பிறகு திருத் தேரோட்டம் இருக்கும். தங்கப் பல்லக்கில் தேர் பார்க்க நேரம் வாய்க்குமா என்பது தெரிய வில்லை அவளுக்கு.

மயில் மண்டபத்திலிருந்து படியேறி வர அரை மணி நேரம் ஆகிவிட்டது. வழி மண்டபங்களில் உட்கார்ந்தும் விநாயகர், வள்ளி, இடும்பன் சந்நிதிகளில் கும்பிடு போட்டும் வந்து நின்றாகிவிட்டது. கால்கள் இம்சிக்கும் விதமாய் வலித்தன. இப்படியே தூங்கிப் போய்விட்டால் நன்றாக இருக்கும் என நினைத்தாள்.

பழனியாண்டவர் முன்பாக இருக்கும் மாக்கல் பள்ளியறைக்கு எழுந்தருளும் முருகனின் பாதத்தைத் தாங்கும் மேடையாக இருப்பதைப் பார்த்து ரொம்ப நாளாகிவிட்டது ஞாபகம் வந்தது. கருவறையின் கிழக்குப் பகுதி மாடத்தில் ஊதுவத்தி தூபம் காட்டி இஸ்லாமியரும் பழநிபாபா என்று ஓதுவதைக் கூட தங்கமணி பார்த்திருக்கிறாள்.

கால்கள் உட்காரச் சொல்லி கெஞ்சின. உட்கார்ந்தபோது சற்றே கண் அயரச் சொல்லியது. அப்படியே தூக்கம்கூட வந்துவிடும். ஆனால், மலையின் மேல் தங்குவதற்கு யாருக்கும் அனுமதி யில்லையாம், மீனவர் குல மக்களைத் தவிர என்பதைக் கேள்விப்பட்டிருக்கிறாள்.

''ஒரே ஒரு நாள். சேலத்துக்காரங்க தங்குவாங்க.''

''சேலத்துக்காரங்களுக்கு சலுகையா?''

''பர்வத ராஜா குல மக்கள் அவங்க, காவடி கட்டிட்டு வந்து மலை ஏறுவாங்க. ஆறு கால பூஜையும் பாப்பாங்க. விஸ்வரூப தரிசனம் ஆரம்பிச்சு ராக்கால பூஜை வரைக்கும் பாப்பாங்க...''

''அதிர்ஷ்டசாலிங்க.''

கண்களின் இமைகள் இழுத்துக்கொண்டு மூடிக்கொண்டன. பழனி முருகன் கையில் வில்லும் அம்புமாக வேட்டைக்குத் தயாராகிக் கொண்டிருந்தார். கொடைக்கானல் மலை விரிந்திருந்தது. கொடைக்கானல் மக்களே புதிய செருப்பு தைத்து

தலையில் சுமந்தபடி பாத யாத்திரையாக பழனி மலைக்கு வந்து முருகப் பெருமானுக்கு அர்ப்பணித்தனர். முருகன் விரைந்து வேட்டைக்குப் புறப்பட்டார்.

அம்பு தோளைக் குத்துவது போலிருந்தது. பின்னால் இருந்த மதுபாலா, ''முன்னாலெ போங்க. இன்னம் அரை மணியில தரிசனம் கிடைக்கும்'' என்று சொல்லியபடி தோளில் கை வைத்து மெல்லத் தள்ளினாள்.

●

14

ஆளுயரக் கண்ணாடி முன் ஜெகந்நாதன் நின்று தன் பிம்பத்தைப் பார்த்தார். நரைத்த தாடி மயிர்கள் அடர்த்தியாக இல்லாவிட்டாலும் பரவலாக இருந்தன. முகத்திலிருந்த பளபளப்பிற்கு நன்கு தூங்கியதும் காரணம் என்றிருந்தது. நான்கு நாள் நடைக்குப் பின் கொஞ்சம் ஓய்வு. மொத்தமாய் நடக்காமல் அங்கங்கு நடந்ததுதான். 'முழுசா நடக்காமெ இருக்கறது தெய்வ குத்தம்' என்று முன்பெல்லாம் சொல்லிக் கொள்வார். வண்டியில் வந்து சேர்ந்துகொள்வது, ஒப்புக்கு நடப்பது என்பதையெல்லாம் தெய்வ குத்தம் என்றே சொல்வார். சபரி மலைக்குப் போகிற நாளன்று மாலை போட்டுக்கொள்வது மாதிரிதான் 'இந்த தெய்வ குத்தம்' என்பது ஞாபகம் வந்தது. வண்டியில் கூட வந்த நாராயணன் வேங்கி பாளையத்திற்கு அப்புறம் போய்விட்டான். மணி என்றொரு புதியவன்கூட தாராபுரத்திற்குப் பின் கிளம்பிவிட்டான். சரோஜினி ஏதோ

உடம்பு சிரமமாகி விட்டது. பேருந்து ஏறிப் போய்விட்டாள். ஐம்பது பேரில் நான்கு பேர் முழுமையாக வராததும் 'தெய்வ குத்தம்' என்று சொல்லி புன்னகைத்துக் கொண்டார்.

எல்லாம் திருப்தியாக நடந்துவிட்டன. எந்த அசம்பாவிதமும் இல்லை. வழியில் ஒரு பிணத்தைத் தூர இருந்து பார்த்தது. பூலுவபட்டி அருகில் குடிகாரன் ஒருவன் பெண்களின் பின்னால் பேசிக்கொண்டே கொஞ்ச தூரம் வந்தது. கால் வலியால் நடக்க முடியாதவர்கள் உடம்பை வளைத்தும் வேதனையை முகத்தில் காட்டியும் கால்களைப் பரப்பி வைத்தும் ஏதோ வியாதி வந்தவர்கள்போல் நடந்ததும் மனதில் வந்தது.

''குடிகாரர்களுக்குப் பஞ்சமில்லாமல் போய்விட்டது. நிஜ பக்தர்களுக்குப் பஞ்சம் வந்துவிட்டது'' உரக்கவே சொல்லிக் கொண்டார். ''பழனியாண்டவனுக்கு பெரிய பக்தர் கூட்டம் வேண்டியதில்லை. உண்மையான பக்தர்கள் கொஞ்சம். எத்தனை கதைகள் பக்தர்கள் பற்றிக் கேள்விப்பட்டது. எல்லாம் நிஜமாகட்டும். நல்ல பக்தர்கள் பெருகட்டும்.''

மதுபானக் கடைகள் எல்லா ஊர்களில் பிரதான சாலைகளிலேயே கண்ணில் தட்டுப்பட்டிருக்கின்றன. 'டாஸ்மாக்கை மூடு, தமிழனின் ஒவ்வொரு குடும்பமும் மதுவால் தத்தளிக்கிறது' என்று நிறைய சுவரொட்டிகள் காணப்பட்டன. அந்தச் சுவரொட்டிகள் 'மக்கள் அதிகாரம்' என்ற அமைப்பால் ஒட்டப் பட்டிருந்தன. அது ஒரு அரசியல் கட்சியாக இருக்க முடியாது. எல்லா அரசியல் கட்சிக்காரர்களும் மதுபானக் கடை நடத்துகிறார்கள். மதுவிலக்கு வேண்டும் என்று போராடும் கூட்டத்திற்கே மது அருந்திவிட்டு வந்து கலந்து கொள்கிறார்கள். ''கள் வரட்டும் வெளி நாட்டு மது ஒழியட்டும்'' என்று நல்லுசாமி எப்போதும் சப்தம் போடுகிறார். கள் இறக்குகிறார், கைதாகிறார். 'டாஸ்மாக்கை மூடு' போராட்டமாவது வெற்றி பெறவேண்டும்.

''அப்பனே முருகா, இந்த விசேஷ சமயத்திலாவது உன் ஊர்ல இந்தக் கடைகளையெல்லா மூட மாட்டாங்களா. கொத்துக் கொத்தா குடும்பங்க நாஸ்தியாகுது. காப்பாத்தப்பா.''

மயார பூஜை திருப்தியாக நடந்துவிட்டது. அன்னதானம் நூறு பேருக்கு நடந்தது. வடை, பாயசம் என்று போட்டு அன்னதானம் நடந்துவிட்டது. ஆவினன்குடி குழந்தை வேலாயுதசாமிக்கு

அபிஷேகமும் திருப்தியாக நடந்துவிட்டது. பஞ்சாமிர்தமும் திருப்தியாக, ருசியாக இருந்தது. ஆயிரம் மலைப் பழங்கள் வாங்கினார் ஜெகந்நாதன். முன்பெல்லாம் லாலாப் பேட்டை, மாயனூர், கிருஷ்ணராயபுரம், குளித்தலை பூவன், ரஸ்தாலி, கற்பூரவள்ளி ரக வாழைப் பழங்கள் வரும். இப்போதெல்லாம் மலை வாழைதான் அதிகம் கிடைக்கின்றன.

மலை வாழைப் பழம், நாட்டுச் சர்க்கரை, நெய் கலந்து ஜெகந்நாதன் தயாரிக்கும் பஞ்சாமிர்தம் தனி ருசியாக இருக்கும் என்பாள் கலாவதி.

''தேவாமிர்தமா இருக்கும். பூசாரி கையில் சாதாரணப் பொங்கல் பிரசாதமே தேவாமிர்தமா இருக்கும்... இதிலெ பஞ்சாமிர்தத்துக்குச் சொல்லவா வேணும்.''

இரவில் ஊர் கிளம்பவேண்டியதுதான். வகை வகையான காவடிகளைப் பார்த்தாயிற்று. அவரின் பேரனுக்கு சர்ப்பக் காவடியைப் பார்த்ததில் மிகவும் சந்தோஷம். சிங்கப்பூர்க்காரர் ஒருவர் பன்னீர்க் காவடியை எடுத்து வந்ததை மோகன் அதே வகை சந்தோஷத்துடன் சொன்னான். பேரன் சர்ப்பக் காவடியைப் பார்த்திருக்கிறான். ''பயம் போயிருச்சு தாத்தா... காவடியில் ஒரு கண்ணாடிப் பெட்டி. அதுக்குள்ள ஒரு பாம்பு அசஞ்சிட்டிருந்துச்சு...'' திருச்செந்தூர் பக்தர் ஒருவர் அதை எடுத்து வந்திருக்கிறார். சுவாமி கருவறையில் வைக்கப்படும் பெட்டிக்குள் நல்ல பாம்பு வந்து உட்கார்ந்து கொள்கிறதாம். ஒரு வருடம் வெள்ளை நாகப் பாம்பு, இன்னொரு வருடம் கருநாகப் பாம்பு என்று மாறி மாறி வருகிறதாம். ஊருக்குத் திரும்பிப் போன பின்பு திருச்செந்தூர் கடற்கரையில் விட்டுவிடுவார்களாம்.

சங்கரம்பாளையம் முக்கில் பக்தர்கள் நான்கைந்து பேரை ஒரு காவல் துறை வேன் இடைமறித்ததைப் பார்த்தார். முதல் மனைவிக்குத் தெரியாமல் இரண்டாவது திருமணம் செய்து வைத்த நான்கு பேரைக் கைது செய்கிறோம் என்று சொல்லிக் கொண்டிருந்தார்கள். பத்து வருடங்களுக்கு முன் காதல் திருமணம் செய்து கொண்டிருக்கிறான் ஜெயபால். எட்டு வயதில் மகன் இருக்கிறான். திடீரென ஜெயபால் காணாமல் போய் விட்டான். இரண்டு ஆண்டுகளுக்குப் பிறகு தாராபுரத்தில் ஒரு பெண்ணைத் திருமணம் செய்துகொண்டு குடும்பம் நடத்தியது தெரிய வந்தது. பாத யாத்திரையில் இருந்த ஜெயபாலைக் கைது

செய்திருக்கிறார்கள். மனைவி காமாட்சிதான் பாத யாத்திரையில் காவி வேட்டியில் இருந்த கணவனையும், அவனின் உறவினர்களையும் அடையாளம் காட்டி கைது செய்ய வைத்திருக்கிறாள்.

''பத்து வருஷம் முன்னெ கள்ளச் சாராயம் காய்ச்சறவங்க நாலஞ்சு பேரை இது மாதிரி பாத யாத்திரையில கைது பண்ணினது ஞாபகம் வருது'' என்று கூட முனிரத்னம் சொன்னார். ''நேத்து காலையில தாலுகா ஆபீஸ் முந்தி ஒரு போராட்டம். ஒரு அம்மா மன நோயால திரியற தன் பொண்ண கருணைக் கொலை செய்யணும்னு போராட்டம் நடத்துனாங்க.''

''ஒரு வூட்லெ ஒரு மன நோயாளி இருந்துட்டா போதும். குடும்பமே நாஸ்தியாயிரும்.''

''அப்பா... இதெல்லாம் கேக்க சங்கடமாத்தா இருக்கு. இதைவிட நூறு மடங்கெல்லா நடக்குது. எல்லா சுமூகமாக நடக்கணும். வழிநடத்து முருகா.''

''எனக்கு பாத யாத்திரை முடிஞ்சாலும் மனசு சஞ்சலப்படுது. அனுவாவிக்குப் போயிட்டு வந்தாதா மனசு நிலைப்படும்'' சண்முகநாதன் சொல்லிக் கொண்டிருந்தார். வருகிற வழியியிலெல்லாம் கைபேசியில் வீட்டாரோடு பேசுவது அதிகமாக இருந்தது அவருக்கு. அரகரா... அரகரா என்று உள்ளம் உருகச் சொன்னதை விட, 'அய்யோ... அய்யோ அப்படியா' என்றுதான் சொல்லி வந்தார். உள்ளூர் பிராகம்பெனி ஒன்று வைத்திருக்கிறார். சரக்கு வெளியே போகவில்லை. போன சரக்குக்கும் பணம் சரியாக வரவில்லை. எல்லாம் மோசம் போகுது என்று பிதற்றிக் கொண்டிருந்தார்.

''பாத யாத்திரை முடிஞ்சு முருகனை தரிசனம் பண்ணினா எல்லாம் செரியாயிரும் பாரேன் சண்முகநாதா. அந்த சண்முகத்தெ உம் பேர்லெ வெச்சிட்டே சஞ்சலப்படறியே...''

''அனுவாவி சண்முகத்தைப் பாத்தாதா சஞ்சலம் போகுமோ என்னமோ?''

''எல்லா சண்முகமும் ஒண்ணுதானே.''

''அனுவாவி சுனையில நீர் ஒரு வாய் குடிச்சா போதும்.''

''ரொம்பவும் கொழப்பிக்கறே.''

முருகன் ராம தூதனாகிய அனுமனுடைய தாகத்தைத் தீர்த்த இடமாம் அனுவாவி. முருகன் அருளும் சேர்ந்து கிடைக்குமாம். அனுமன் ராம, லட்சுமணர்களைக் காப்பாற்ற சஞ்சீவி மலைக்குப் போய் அதைத் தூக்கி இலங்கைக்குப் பயணம் போகும்போது தண்ணீர் தாகத்திற்கு முருகனை வேண்ட, முருகன் வேலால் மலையில் ஒரு இடத்தில் குத்த, தண்ணீர் பீறிட்டதை அனுமன் குடித்து தாகம் தீர்த்து இலங்கைக்குச் சென்றாராம். அனுமன் தாகம் வாவி உருவாக்கம் இணைந்து அனுவாவி என்றாகி விட்டிருக்கிறது. யானைகள் சுலபமாக நடமாடும் இடமாக அனுவாவி இருக்கிறது.

''ரொம்பவும் கவலைப்படாதெ சண்முகநாதா... எல்லாரும் சேர்ந்தே போகலாம் அனுவாவிக்கு அடுத்த வாரம்.''

''அடுத்த வாரம் வரைக்கும் மனசு தாக்குப் பிடிக்குமான்னு தெரியலே. ஊருக்குப் போனதும் போயிரணும்.''

''செரி... அவசரம்தா...''

''அப்புறம் இன்னொரு ஆசை. முருகன் அபிஷேகத்தப்போ போட்டுக்கற கோமணத்தை ஏலம் விடுவாங்களாம். அதை வீட்டுப் பூஜை அறையில வெச்சா செல்வம் கொழிக்குமாம்.''

''இப்பவே வசதியாத்தானே இருக்கே.''

''முருகன் கோமணம் வேணும்.''

''ஏலத்தில எடுத்துட்டா போச்சு.''

திருமண மண்டப மணமகன் அறை ஆளுயரக் கண்ணாடியில் அவர் உருவம் நிஜமாய்ப் பிரதிபலித்துக் கொண்டிருந்தது. மீசையை இரு புறம் சற்றே முறுக்கி விட்டுக்கொண்டார்.

வடலூர் இந்த நேரத்தில் வள்ளலாரின் உருவங்களால் நிறைந்திருக்கும். வடலூருக்கு இந்த ஒரு வருடமாய் போகாதது உறுத்திக் கொண்டிருந்தது. பங்குனி உத்திரத்திற்காவது போக நினைத்தார். ''அது என்ன பெரிசு. நெசலெ கத்தி வெச்சுட்டு கெளம்பிற வேண்டியதுதானே'' என்பாள் தங்கமணி. தங்கமணிக்கு ஊர் சுற்றுவதில் எப்போதும் ஆர்வம் இருக்கும். ''அதுக்கும் அருள் கெடைக்க வேண்டாமா?''

''கெடைக்கும் போலாம்.''

நிலைக் கண்டியில் வள்ளலாருக்குத் தென்பட்டதுபோல முருகன் தனக்கும் தென்படுவாரா என்று யோசித்துப் பார்த்தார். வள்ளலார் சின்ன வயது முதலே தனியறையில் நிலைக் கண்ணாடியின் முன் விளக்கேற்றி தியானிப்பாராம். கண்ணாடியில் தீப ஒளியோடு காணப்படும் தன் உருவம் மறைந்து முருகன் காட்சி தருவாராம். அப்போது ராமலிங்கனாருக்கு வயது ஒன்பதுதான்.

ஜோதியாய் வள்ளலாரும் மறைந்துவிட்டார். இந்த உடம்பு கடைசியில் ஜோதியாய் சாம்பலாகத்தானே போகும். ஜோதியாய் எல்லோருக்கும் காட்டவேண்டும்.

இங்கு எவ்வளவு பக்தர்கள். அப்புறம் கொஞ்சம் ஜனங்கள். தான் கூட்டி வந்த ஐம்பது பேர் இந்த ஜனத் திரளில் ஒரு சிறு துளி. திருப்பூரிலிருந்து இப்படி ஐம்பது ஐம்பது பேராய் இன்னும் பல குழுக்கள் வந்து நீர் சேர்வதுபோல சேர்ந்திருக்கிறார்கள். மக்கள் வெள்ளம் என்று சொல்லப்படுவதன் அர்த்தத்தை மண்டபத்தைத் தாண்டி வெளியில் போனதும் உணர முடிகிறது. கண்ணாடியில் தன்னையும் முருகனையும் வள்ளலாரையும் சேர்த்துக் காணவேண்டும் என்பது அவரின் ஆசையாக மனதில் படிந்து கொட்டிக் கிடந்து இறுகிப் போன திருநீறுபோல ஆகியிருந்தது.

   ''ஆறுமுகமான பொருள் வான் மகிழ வந்தான்
   அழகனிவன் முருகன் எனும்
   இனிய பெயர் கொண்டான்...''

கண்ணதாசன் பாட்டை உரக்கச் சொல்லியபடி குளியலறையில் இருந்து வெளியே வந்த மோகனின் பாட்டை ரசித்தபடி வாசலுக்கு வந்தார் ஜெகந்நாதன்.

●

''என்ன புதுவாசனையா இருக்கு?''

''இதுக்குப் பேரு வாசனையா? நாத்தம்.''

''லோக்கல் அயிட்டத்துக்கு வீட்ல சாயம் போட்டு சாயத் தண்ணியெ சாக்கடையில வுடறாங்க. அதுதா இப்பிடிக் கொழப்புது. மக்காச் சோளம் வேவிக்கற வாசனை மாதிரி இருக்குது.''

தர்மன் விறுவிறுவென்று போய்க் கொண்டிருந்தான்.

''சேரன் நகர்ல கரண்டுக்குப் பணம் கட்டற மிசின்ல ஆளக் காணோம் நாலு நாளா. விசாரிச்சா கான்ட்ராக்ட் முடிஞ்சு போச்சுன்னு தகவல். இனிமேல் வழக்கம் போலத்தா. பெரிய நகர் கரண்ட் ஆபீஸ்-க்குத்தா ரெண்டு மைல் தள்ளிப் போகணும். அங்க பஸ் கெடையாது. இந்த சரோஜினிதா இந்தப் பணம் கட்டற வேலையெல்லா செய்வா. அவ பழனிக்கு பாத யாத்திரைன்னு போனா எல்லாங் குட்டிச் சுவராயிருச்சு.''

''இதுக்கெல்லா போயி இப்பிடி சலிச்சுட்டா போச்சுதா.''

''பணம் கட்டாததனாலே மோட்டார் லைன் கட்டாயிருச்சு. லைன் மேனெ கைக்குள்ள போட்டுட்டு கனெக்சன் வாங்கலாமுன்னு பாத்தா அவன் ஒத்துக்க மாட்டீங்கறான். ஃபைனோட பணம் கட்டுனாத்தா மறுபடியும் கனெக்சன் குடுப்பாங்களாம். அலஞ்சிட்டிருக்கன்.''

''பாத யாத்திரை காலத்தில் நடந்ததுன்னு சலிப்பா...''

''ஆமா... வீட்ல இருக்கறவங்களுக்கும் விபரம் இல்லே. இப்போ லைன் கட்டாகி வேலையில்லாம சும்மா கெடக்கறம். பக்கத்து வீட்டு லைன்ல இருந்து டெம்பரவரியா எடுத்துக் குடுக்கலாமுன்னா லைன் மேன் ஒத்துக்க மாட்டங்கறான்.''

''வேற என்ன சங்கடங்க இந்த வாரம் நடந்து போச்சுங்கறே...''

''எனக்கு மோட்டார் லைன் கட் ஆனதுதா பெரிய பிரச்னை... நம்ம ஏரியாவுலே நாலு நாள்ல வேற என்ன என்னமோ நடந்திருக்கு...''

பிரியங்கா நகரில் வீடு கட்டும் வேலை நடந்தபோது எதிர்பாராமல் மின்சார ஒயரைத் தொட்ட ஒரு கட்டடத் தொழிலாளி தூக்கியெறியப்பட்டு இறந்திருந்தார். கலைவாணர் தெருக்காரர் சந்தான பாரதி அடமானம் வைத்த நகையை வங்கியிலிருந்து மீட்டுக்கொண்டு பேருந்தில் வந்தபோது நகை காணாமல் போனதால் காவல் நிலையத்திற்கு அவர் அலைந்து கொண்டிருந்தார். டீச்சர்ஸ் காலனி கருப்புசாமி பணம் வட்டிக்குக் கொடுத்து வாங்கும் வியாபாரம் செய்து கொண்டிருந்தார். வயதான அப்பாகூட இருந்தார். அவரைக் கவனித்துக் கொள்வதில் கருப்புசாமிக்கும் அவர் மனைவிக்கும் தொடர்ந்து சண்டை வளர்ந்துகொண்டே இருந்ததாம். மனமுடைந்த அவர் வீட்டில் யாரும் இல்லாதபோது தூக்குப் போட்டுக்கொண்டு

தற்கொலை செய்துகொண்டுவிட்டார். நல்லப்பா நகரில் சற்றே ஒதுக்குப்புறத்தில் இருந்த முத்துசாமி வீட்டில் இருந்த நகை திருட்டுப் போய்விட்டது. பக்கத்து வீட்டில் சமையல் பாத்திரங்களும் திருடு போயிருக்கின்றன. பைப் லைன் பதிக்கும்போது ஹாலோ பிளாக் சுவர் இடிந்து விழுந்து வேலை செய்த ஒருவன் செத்துவிட்டான். சவுண்டியம்மன் கோயில் வீதியில் கலாவதியின் உறவினர் பெண்ணொருத்தி வீட்டை விட்டு ஓடிப் போய் விட்டாள். அவள் அப்பா பாதயாத்திரையிலிருந்து திரும்பிய பிறகுதான் அவருக்குத் தகவல் சொல்லியிருக்கிறார்கள்.

''செல்ஃபோன்ல தகவல் சொல்லியிருக்கலாமில்லே...''

''எடையில பாத யாத்திரையை வுட்டு வந்தா தெய்வ குத்தம், சங்கடம் வரும்ன்னு சொல்லலே...''

''இப்போமட்டும் சங்கடமில்லையா?''

''சக்தி உள்ள சாமின்னா இதெல்லா நடக்காம காப்பாத்தியிருக்கணும். எல்லாத்தையும் நடக்க வுட்டு வேடிக்கை பாக்கற சாமி என்ன சாமி போ.''

''அழகென்ற சொல்லுக்கு முருகா...''

கைபேசி உரக்கவே கத்தியது.

●

15

'தன்னம்பிக்கையும், துணிச்சலும்
சிகர வாழ்வின் இரு சக்கரங்கள்.'

- தினமணி காலண்டர் வாசகம்

(சூலம்: வடக்கு / பரிகாரம்: பால் / சந்திராஷ்டமம் /
வாஸ்து: நாள் / பெரிய நகசு)

"**தா**ரை தப்பட்டைக்கு சொல்லிர்லாமா..."

"பொங்கல், பஞ்சாமிர்தம் தற்றதுக்கு எதுக்கு தாரை தப்பட்டைச்
சத்தம் வேணும். லட்சுமி பிள்ளையார்ன்னு பேரு, சிமெண்ட்
கூரை கட்டடத்திலதா இருக்காரு நம்மாளு..."

"தம்பி முருகனே கோவணாண்டிதானே."

பொங்கல் பானை செங்கல் சேர்த்து வைத்த அடுப்பில்
உட்கார்ந்திருந்தது. திருநீறும் சிவப்புப் பொட்டும் பளிச்சிட்டன.
காற்று மெல்லப் புழுதியைக் கிளப்பி வந்தது. கோயிலின் வடக்கு
மூலையில் ஒதுங்கிக் கொண்டது.

"எங்க நம்மாளுகளெ தாஸ்தி காணம்."

"பணத்துக்குப் பின்னாலெ ஓடற ஊரு. நம்ம பிள்ளைய பத்து பேர்
அஞ்சு நாள் வந்ததே பெருசு. ஜட்டி, பனியன், பிரான்னு ஊருக்கே,

உலகத்துக்கே துணி குடுக்கற ஊர். காசாப் பொழங்கும். வுட்டா போதும்ன்னு வேலையைப் பாக்கறாங்க.''

''அந்த வேதகாரப் பையன் சத்தியநாதன் கொஞ்ச நேரத்துக்கு முந்தி வந்துட்டுப் போனான். அடுத்த வருசம் பாத யாத்திரை போறப்போ அவனும் வர்றானாம். கூட்டிட்டுப் போகணுமாம்.''

''இவன் வேறயா... வேதகாரப் பையன் நம்ம கூட வந்தா என்னவோ ஏதோன்னு இருக்கும். உளவு பாக்கறான்னு இருக்கு. எதுக்கும் சந்தேகப்பட வேண்டியிருக்கு.''

''இந்த தரம் ஒரு பையன் கலைவாணர் வீதியிலிருந்து வந்தான். மணின்னு பேர் சொன்னான். ஆனா ரெண்டு தடவெ அவன் ஃபோன் பண்ணினப்போ ராவணன் பேசறன்னு சொல்லி பேசினான். சந்தேகமாயிருந்துச்சு.''

''ராவணன்னு பேர் வெச்சுட்டு எழுதற ஆள இருப்பானோ, எழுத்தாளனா இருப்பானோ...''

''இருக்கலாம். அது மாதிரி வெங்கடாசலபதின்னு ஒரு பையன். புதுசா இருந்தான். அம்மன் நகர்ன்னு சொல்லி வந்தான். இல்லே... அவன் பேரு நாராயணன். வேங்கி பாளையத்தில் திரும்பிட்டான். அவன் மேலயும் சந்தேகம் இருந்துச்சு. சாமி கும்பிடத்தா வந்தானான்னு...''

''அந்த வேதகாரப் பையன், கிறிஸ்டியன் பேரு என்ன சத்தியநாதனா?''

''ஆமா... சத்தியநாதன்தா... பனியன் கம்பெனியில கட்டிங் மாஸ்டரா இருக்கான்.''

''சத்தியநாதன்ங்கற பேரை சண்முகநாதன்னு மாத்திக்கு வானான்னு கேக்கணும்.''

''அதென்ன பேர் மாத்தறது?''

''மதமே மாத்தறதுதா... கர்வாபலின்னு...''

''என்னமோ... சண்முகநாதனக் காணம்.''

''மொதல் வேலையா அனுவாவிக்குப் போகணும்ன்னு பழனியில சொல்லிட்டிருந்தார். பிரா தைக்கறதில மும்முரமா இருக்கார்.''

"முருகனோட கோவணம் வேணும்ன்னார்."

"இந்த ஊர் பனியன் தொழில்காரங்க நெனச்சா முருகன் கோமணத்தை வாங்கலாம். நவ பாஷாண சிலை பத்து வாங்கலாம். நவ பாஷாண சிலையை பின்னாலெ சுரண்டி சுரண்டி முருகன் இடுப்பும் முதுகும் சிறுத்து எந்த நேரமும் வுழுந்துடற மாதிரிதான் இருக்கார்."

கையிலிருந்த கைபேசி ஒலித்த பாடலின் சப்தத்தை அதிகரித்துக்கொண்டு வந்து உட்கார்ந்தார் முனிரத்னம். "லட்சுமி விநாயகர் கோயிலில் உட்கார திண்டு கூட இல்லெ... ஏதாச்சும் பண்ணணும்..."

"செரி... பாட்டைக் கேக்க வுடு... பாட்டுச் சத்தம் டீவி சத்தம்ன்னு இல்லன்னு பாத்தன்."

"வருவாய் மயில் மீதினிலே
வடிவேலுடனே வருவாய்
தருவாய் நலமுந் தகவும் புகழுந்
தவமுந் திறமுற் தனமுங் கனமும்."

"ஆஹா... பாரதியார் பாட்டு சொகமா இருக்கு."

"குமாரா பிணியா வையுமே சிதறக்
குமுறும் சுடர்வேலவனே சரணம்...
....
அன்பரின் ஆவலை அறிந்து அருள் செய்வான்
நித்தமும் அன்பையும் வீரத்தையும் நல்குவான்."

"ஆமா, இதுதா எல்லாரும் விரும்பறது. எல்லார் சார்பிலயும் பாரதியார் சொல்லிட்டார்."

"செரி... அடுத்து..."

"மகாமகம் போகணும்ன்னு ஆசை. பன்னிரண்டு வருஷம் முந்தி நடந்தது. இப்போ பாக்கணும். இருபது நாள்தான் இருக்கு..."

"அப்போ தொண்ணூறு... நூறு பேர் பலியானாங்க... இப்போ பலி எதுவும் இருக்கக் கூடாது முருகா..."

"வடலூர் வள்ளலார் தரிசனத்துக்கு பங்குனி உத்தரத்தப்போ போற எண்ணம் இருக்கு..."

''எனக்கு நாலு ரிப் கட்டிங் மிசின் வாங்கிப் போடணும்...''

''என் மகன் வெளிநாடு போகணும்...''

''கொள்ள கொள்ளையா சம்பாதிக்கணும்.''

''கை கால் சொகமா இருக்கணும்ன்னு கேளுங்கப்பா மொதல்லே... எல்லா வழியும் போயி சேர்ற இடம் ஒண்ணுதான்'' என்றார் நரைத்திருந்த தாடியைத் தடவியபடி ஜெகந்நாதன்.

•••

www.ingramcontent.com/pod-product-compliance
Lightning Source LLC
LaVergne TN
LVHW091727190726
843493LV00001B/480